சரவணன் சந்திரன்

சரவணக்குமார் என்கிற இயற்பெயரைக் கொண்ட, தொழில்முறை ஹாக்கி விளையாட்டு வீரரான இவர் சென்னை கிறித்துவக் கல்லூரியில் இளங்கலை தமிழ் படித்தவர். மதுரை, தேனி, கோவில்பட்டி எனப் பல ஊர்களைச் சொந்த ஊராகக் கொண்ட இவர் தற்போது சென்னையில் வசிக்கிறார். ஆறாம் திணை, மின்தமிழ், காலச்சுவடு, இந்தியா டுடே போன்ற அச்சு மற்றும் மின் ஊடகங்களில் பணிபுரிந்த இவர் கடந்த பத்தாண்டுகளுக்கும் மேலாக காட்சி ஊடகத்தில் பணிபுரிந்திருக்கிறார்.

விஜய் டீவி, ஜீ தமிழ் போன்ற காட்சி ஊடகங்களில் பல்வேறு நிகழ்ச்சிகளில் பல்வேறு பொறுப்புகளில் இருந்திருக்கிறார். ஜீ தமிழில் ஒளிபரப்பாகி வரும் 'சொல்வதெல்லாம் உண்மை' நிகழ்ச்சியைத் துவக்கியவரும் இவரே. அதன் இயக்குநர் பொறுப்பில் இருந்த இவர், தமிழ் தி ஹிந்து, உயிர்மை, ஆனந்த விகடன், மின்னம்பலம் உள்ளிட்ட பல்வேறு பத்திரிகைகளுக்கு கட்டுரைகளும் எழுதி வருகிறார். அச்சு ஊடகம், மின் ஊடகம், காட்சி ஊடகம் என ஊடகங்களின் பல்வேறு வகைகளிலும் இவரது பங்களிப்பு இருந்திருக்கிறது என்பது குறிப்பிடத்தக்கது.

சென்னையில் நவநாகரிக மீன் அங்காடியகம் ஒன்றையும் கடந்த பத்தாண்டுகளாக நடத்திவருகிறார். வேளாண்மையைத் தொழில் முறையாகச் செ

ஆசிரியரின் நூல்கள்

ஐந்து முதலைகளின் கதை

ரோலக்ஸ் வாட்ச்

வெண்ணிற ஆடை

அஜ்வா

மதிகெட்டான் சோலை

பாவத்தின் சம்பளம்

பார்பி

எக்ஸ்டஸி

பாவத்தின் சம்பளம்

சரவணன் சந்திரன்

கிழக்கு

பாவத்தின் சம்பளம்

Paavathin Sambalam

Saravanan Chandran ©

First Edition: December 2017

128 Pages

Printed in India.

ISBN 978-81-8493-845-6

Kizhakku - 1068

Kizhakku Pathippagam

177/103, First Floor,

Ambal's Building, Lloyds Road,

Royapettah, Chennai 600 014.

Ph: +91-44-4200-9603

Email : support@nhm.in
Website : www.nhm.in

Author's Email: saravanamcc@yahoo.com

Cover Design: Santhosh Narayanan

Cover Photograph: Ganesan

Kizhakku Pathippagam is an imprint of New Horizon Media Private Limited.

ந. முருகேச பாண்டியனுக்கு...

முன்னுரை

கோட்டிற்கு அந்தப் பக்கம் இருக்கிற கதைகளைச் சுமக்கிற மாதிரியான துயரம் எதிரிகளுக்குக்கூட வாய்க்கக்கூடாது. ஒரு வாழ்க்கையில் சேகரமாகும் கதைகளையே ஜீரணமாக்கி வெளியில் துப்ப முடியவில்லை. மூன்று வாழ்க்கைக்கான கதைகள் எப்போதும் மண்டைக்குள் முட்டி மோதி வெளியே வர எத்தனித்துக் கொண்டிருக்கும் நிலை உண்மையிலேயே கொடூரமானது, அத்தனையும் நேர்கோட்டில் அமைந்த வாழ்க்கைக் கதைகள் அல்ல. நேர்கோடு என்பதே சுகமான கற்பனைதான் என்பதை அந்தக் கதைகள் வழியாக அறிந்திருக்கிறேன். சுமார் ஐயாயிரம் மனிதர்களின் கதைகளையாவது இதுவரை கேட்டிருப்பேன். வாழ்வின் அத்தனை கோணங்களையும் பிரதிபலிக்கிற நிஜ மனிதர்களின் கதைகள். என்னைப் பொறுத்தவரை மொழி என்பது இதைக் கடத்துவதற்கான கருவி மட்டுமே. அதன் மீது மையல் கொள்வதை விட கதைகளின் மீது மட்டுமே கவனம் குவிக்கிறேன்.

வெண்ணிற ஆடை புத்தகத்தை முடித்த பிறகு இதை இனித் திரும்பத் தோண்டியெடுத்து எழுதவே கூடாது என்றுதான் நினைத்துக் கொண்டிருந்தேன். அதிலிருந்து விடுபட்டு விட்டேன் என்றுகூட என்னை நானே சமாதானப்படுத்திக் கொண்டிருந்தேன். அந்தக் கதைகளில் இருந்து எப்போதும் தப்பிக்க முடியாது என்பதும் தெரிந்ததுவே. தற்காலிகமாகவாவது மறந்து கடந்துவிடலாம் என்றே நம்பிக் கொண்டிருந்தேன். ஒரு மழைக்கால இரவில், கடும் வறட்சியையும் உள்வாங்கிக் கடக்கும் பேரிச்சை மரங்களினடியில் அமர்ந்து மூத்த எழுத்தாளர் ந. முருகேச பாண்டியன் சார் என்னிடத்தில் வெண்ணிற ஆடை புத்தகத்தின் முக்கியத்துவம் குறித்துப் பேச ஆரம்பித்தார். அந்தப் புத்தகத்தின் கதைகள் காட்டும் பல்வேறு வாழ்வியல் அடுக்குகள் குறித்து விரித்துப் பேச ஆரம்பித்தார். இதற்கு முன்னர் இதன் இரண்டாம் பாகம் எழுதவில்லையா என

மனுஷ்யபுத்திரன் சார் பார்க்கும் போதெல்லாம் கேட்டுக்கொண்டே இருப்பார். அந்த இரவில் ஏனோ முருகேச பாண்டியன் அதே கேள்வியைத் திரும்பக் கேட்டபோது, பாவத்தின் சம்பளம் என்கிற வார்த்தையும் அது சம்பந்தப்பட்ட ஒரு நிஜ வாழ்க்கைக் கதையும் உடனடியாக மேலெழுந்து வந்தது.

நண்பர்கள் ஆன்மனும் இளங்கோவன் முத்தையாவும் கிடப்பில் போடாமல் அமர்ந்து அதை எழுதச் சொன்னார்கள். யோசிக்கவில்லை. எப்போதுமே எண்ணெயில் குளிர்வித்துத் தூண்டிவிட்டால் மட்டுமே எரிகிற திரி நான். உட்கார்ந்து எழுதத் துவங்கியபோதுதான் அந்தக் கதைகளை நான் மறக்கவில்லை. அது ஆழமாக எனக்குள் உறைந்து கிடக்கிறது என்பதை உணர்ந்தேன். பாவத்தின் சம்பளம் என்பது அவர்களுக்கு மட்டுமானதில்லை. எனக்குமானதுதான். தூக்கிச் சுமக்கிற துயரம் எனக்குச் சம்பளம்தான். இந்தக் கதைகளில் வழக்கம் போல இடத்தை மாற்றியிருக்கலாம். பெயர்களை மாற்றியிருக்கலாம். ஊரை மாற்றியிருக்கலாம். சம்பவங்களை மாற்றி இருக்கலாம். ஆனால் அத்தனையும் உண்மை என்பதை மட்டும் உறுதியாக என்னால் சொல்லிவிட முடியும்.

பலநேரங்களில் புனைவை விட உண்மை அடர்த்தியானது. எதிர்பார்க்காத மூலைகளுக்கு புனைவைவிட சத்தியமான வாழ்க்கை எகிறிக் குதித்து ஓடுகிற தன்மை கொண்டது. நான் பார்த்த, கேட்ட, நுகர்ந்த உதிரி வாழ்க்கைகளை புனைவு என்கிற பெட்டிக்குள் என் வசதிக்காக அடைக்க முயன்றிருக்கிறேன். பெட்டிக்குள் இருப்பது பொய்மைகள் அல்ல. சுடும் வாய்மைகள் அவை. இவர்கள் நமக்குச் சரிசமமாக ஓடும் இணைகோட்டிற்கு அந்தப் பக்கம் வாழ்பவர்கள். அதை எடை போட எந்தத் தராசிற்கும் தகுதியில்லை. கருமையை வெளிப்படுத்தியவர்களுக்கு மத்தியில் வெள்ளைநிறப் பூனைக் குட்டிகள்போல மறைந்து திரியும் மனிதர்களுக்கு இரண்டாம் இடத்தைதான் எப்போதும் கொடுப்பேன் நான். ஏனெனில் இந்த மனிதர்கள் தங்களது வாழ்க்கையைப் பணயமாக வைத்து நல்வாழ்க்கை என்று சொல்லிக்கொள்ளும் வாழ்க்கைக்கான நம்பிக்கையை விதைக்கிறார்கள்.

மேலே சுண்டி விழும் நாணயம் கீழே விழும்போது அது தலையாகவும் விழலாம். பூவாகவும் விழலாம். அது நம் கையில் ஒருபோதும் இல்லை. இரண்டு பக்கமும் தலையிருக்கிற நாணயம் ஒன்றை சினிமாவில் மட்டுமே பார்த்திருக்கிறேன். ஆனால் அதுமாதிரியான நாணயம் கடவுளிடமும் இல்லை. அம்மாதிரியான நாணயத்தை வைத்திருக்கவும் அவர் விரும்புவதில்லை என்கிற ஆழமான

சந்தேகம் எனக்கு இருக்கிறது. சில நேரங்களில் அவர் நாணயம் தவறியவராகவும் நடந்து கொள்கிறார். அதைதான் இந்தக் கதைகள் உணர்த்துகின்றன. தவிர அது தலையா பூவா என தீர்மானிக்கிற புத்தியும் என்னிடம் இல்லை. அந்தப் புத்தி மட்டும் வந்துவிடக் கூடாது என பதறித் துடிப்பேன் எப்போதும்.

இந்தப் புத்தகம் எழுதுகிற காலகட்டத்தில் என்னோடு நின்ற நண்பர்கள் பீனா கானா, வழக்கறிஞர் சரவணன், கடங்கநேரியான், வாஸ்த்தோ, எட்வர்ட், பாலமுருகன், இயக்குநர் சீனி, கலீல்ராஜா, தம்பி கார்த்திக் புகழேந்தி ஆகியோரை நன்றியோடு நினைத்துக் கொள்கிறேன். என் நண்பன் சந்தோஷ் நாராயணன் இந்தப் புத்தகத்திற்கும் அட்டையை வடிவமைத்துத் தந்திருக்கிறான். என்னை எப்போதும் கைகளில் ஏந்திப் பாதுகாப்பாக வைத்திருக்கும் என் அத்தனை நண்பர்களுக்கும் நன்றி. இந்தப் புத்தகத்தை வெளியிடும் கிழக்குப் பதிப்பகத்திற்கும் இந்தப் பணிகளை முன்னெடுக்கிற ஹரன் பிரசன்னா சாருக்கும் நன்றி.

10/11/2017 **சரவணன் சந்திரன்**

●

அழுக்கு மூட்டைச் சித்தர் சமாதியில் அவரை நிதமும் பார்த்தாலும் நின்று பேசத் தோன்றியதில்லை. அவரும் அதை அறிந்தேயிருந்தார். பஞ்சநாதன் கம்பெனியின் விபூதி நிறப் புருவங்களுக்கிடையிலான இடுங்கிய கண்களின் வழியாக என் முதுகை அவர் பார்த்துக் கொண்டிருப்பதை உணர்ந்தாலும் திரும்பியதில்லை. தெப்பக்காடு யானைகள் முகாமில்தான் இப்படியான கண்களைப் பார்த்திருக்கிறேன். கரிய உருவங்கள் தாங்கவியலாத அமைதியான கண்களோடு வளைய வரும். நெற்றியில் தரித்திருக்கிற பச்சை நிற சூரணப் பொட்டிற்கும் நீண்டு புரண்டிருக்கிற வெண் தாடிக்கும் நடுவே அந்தக் கண்கள் சுடர்விடுவதைப் பார்க்க பயமாகவுமிருந்தது எனக்கு. அவரும் அதை அறிந்தேயிருந்தார். என் கால்கள் அவரைக் கடக்கும் போதெல்லாம் பின்னிக்கொள்ளும். பலநேரங்களில் கனவில் தலைதெறிக்க ஓடும்போது இப்படிதான் கால்கள் பின்னிக்கொள்ளும் என்பதையும் கனவில் நான் அறிந்தேயிருப்பேன். கனவுகளின்போதும் விழிப்பாகயிருக்கும் என் மனம். நான் அவரைப் புறக்கணித்துக் கடக்கவே எப்போதும் விரும்பினேன். அந்தக் கண்கள் எதையோ என்னிடமிருந்து தட்டிப் பறிக்க முயற்சித்துக்கொண்டே இருந்தன. அவரும் அதை அறிந்தேயிருந்தார்.

அவர் காலுக்குப் பக்கத்தில் ஒருநாய் அமர்ந்து என்னைப் பார்த்துக் கொண்டே இருக்கும். அந்தச் செந்நிற நாயை எதையாவது விசிறியெறிந்து விலைகொடுத்து வாங்க முடியாது என்பதையும் உணர்ந்தேயிருந்தேன். தன் காலையே மரமாக்கி அதில் சங்கிலியால் கட்டிப் போட்டிருந்தார் அதை. ஒருநாள் நான் வருவேன் என அந்த நாயும் அறிந்தேயிருந்தது.

கருமை சூழ்ந்த மேல்மாசி மழை பெய்து முடிந்த ஒரு மதிய வேளையில், வாவென என்னை அருகில் அழைத்தார். 'கேட்க நினைத்ததை கேட்கும் வேளை வந்துவிட்டது' என்றார். பஞ்சப் பராரி ஒருத்தன் ஒருமையில் அழைத்தது குறித்த ஆணவம் எனக்குள் எழுந்து அடங்கி முடிப்பதற்குள் அவர் சொன்னார். 'நாய்களுக்கு என்லைட்மெண்ட் தேவையில்லை என்று புத்தர் கருதியிருக்கலாம்' என்றார் தாடியை நீவியபடி.

என் ஆணவம் களைக்கொல்லி அடித்த பசும்புற்களைப்போல கருகியது. இளங்குருத்துப் புழுக்கள் நிலவொளியில் பச்சை இலைகளைக் கூட்டமாக அரிந்து எடுக்கும்போது வரும் வறக்வறக்கென்ற சத்தம் தலைக்குள் கேட்டது.

'நாய்களுக்கு குற்றவுணர்வு இருக்குமா?' என்றேன்.

அவர் சிரித்துக்கொண்டே சொன்னார். 'நீ பார்த்த கதையைச் சொல். அதற்காகதான் எங்களுடைய கண்கள் இத்தனை நாட்களாக உன்னைப் பின்தொடர்ந்து கொண்டிருக்கின்றன.'

நான் அந்தக் கதையைச் சொல்லத் துவங்கினேன். மாநகர வீதியது. அங்கே மூன்று குட்டிகள் போட்ட நாயொன்று தெருவோரத்தில் வாழ்ந்து கொண்டிருந்தது. ஒருநாள் இரவில் அந்த மூன்று குட்டிகளின் மீதும் காரொன்று ஏறி ஓடியது. தன் குட்டிகள் வீழ்ந்து கிடப்பதை அறிய விரும்பாத அந்தத் தாய் தப்பி ஓடியது. நான் பார்த்ததை அந்தத் தாயும் பார்த்தது. அந்த மூன்று குட்டிகளும் இதேபோலான ஒரு நள்ளிரவில் தெருவோரத்தில் செத்துக் கிடந்த காட்சியையும் பார்த்தேன். இன்னொருநாள் அந்தச் சாலையைக் கடந்தபோது வீடொன்றின் உள்ளிருந்து அந்தத் தாய் நாய், பழக்கமான மொழியில் என்னை அழைக்கும் சத்தம் கேட்டது.

அதன் கழுத்தில் துளசி மணி மாலை கட்டப்பட்டிருந்தது. தெருவோரத்தில் கிடந்ததைக் காட்டிலும் அது கொழுத்துப் போயிருந்தது. அதன் கண்கள் என்னை நலம் விசாரித்தன. அந்த வீட்டிற்குள் அழைத்தது என்னை. வீட்டிலிருந்தவரிடம் அது எனக்கு ஏற்கெனவே தெரிந்தது என்று சொன்னதும் வாஞ்சையாக விருந்தினனின் கைகளைப் பற்றுவதுபோல அணைத்துக் கொண்டார். அந்த வீட்டிற்கு அது போன நாளில் அந்த வீட்டில் நீண்ட நாட்களாக எதிர்பார்த்த குழந்தைச் சத்தம் கேட்பதற்கான அறிகுறிகள் தெரிந்தனவாம். சௌந்தர்யத்தைக் கொண்டுவந்ததாகச் சொல்லி அந்த வீட்டில் அது உறுப்பினராகிப் போனதாம். என்னை அடையாளம் கண்டுகொண்டு அழைத்தபோது அதன் கண்களைப் பார்த்தேன். அதில் தெரிந்தது என்ன?

'நாய்களுக்கு குற்றவுணர்வு இருக்குமா?' என்றேன் அவரிடம்.

அந்தப் பஞ்சப் பராரி என்னை அருகில் அமரவைத்து என் தலையைத் தடவிக் கொடுத்துவிட்டுச் சொன்னார். 'இது குறித்து உலகமெல்லாம் விவாதங்கள் நடக்கின்றன. புத்தர் நாய்களுக்கு குற்றவுணர்வு இருப்பதாகச் சொல்லவில்லை. ஏனெனில் நீங்கள் குறிப்பிடும் என்லைட்மெண்ட் என்பதைத் தாண்டிய காலத்தில் அவை வாழ்கின்றன.'

'அப்படியானால் பிரச்சினை என்னிடம்தானா?' என்றேன்.

‘உன்னிடமுமில்லை. காலத்தின் மனசாட்சிதான் எல்லோரும்’ என்றார்.

‘இதிலிருந்து விடுபடவே முடியாதா?’ என்ற என் கண்களை உற்றுப் பார்த்துவிட்டுச் சொன்னார்.

‘சுமந்துகொண்டு அலைபவனால் நிகழ்காலத்தில் வாழவே முடியாது. ஞானத்தை அடையவே முடியாது.’

‘நிகழ்காலத்தில் வாழ்வது சாத்தியம்தானா?’ எதையோ கண்டு கொண்டவனைப்போல கேட்டேன்.

‘அது எனக்குத் தெரியாது. உன்னில் இருக்கும் காலத்தில் ஒரு சிறுதுளியை இறக்கி வைத்து விடு. அது சாத்தியம்தான்’ என்று சொல்லிவிட்டு என் கைகளில் அதைத் திணித்தார்.

க்ளைடாஸ்கோப் அது. சின்ன வயதில் எனக்குப் பிடித்த விளையாட்டுச் சாதனம் அது என்பதை எப்படி அறிந்து கொண்டார்? அந்தச் சாதனத்தைத் தயாரிப்பதற்காக உடைந்த கண்ணாடி வளையல்களைத் தேடியபடியே இருப்பேன். உடைந்த கண்ணாடி வளையல்கள் உள்ள வீடுகளில் விசும்பல்கள் கேட்டபடியே இருக்கும். உயிரற்ற பிளாஸ்டிக் வளையல்களை நான் ஒருபோதும் தீண்டியதில்லை. பிளாஸ்டிக் வளையல்கள் மிளிர்வதில்லை ஏனோ. துயரங்களை மீறி கண்ணாடி வளையல்களின் வழியாக உருவாகிற நிறச் சிதறல்கள் எனக்குப் பிடிக்கும். அதைக் கொண்டு உருவங்களை உருவாக்கியிருக்கிறேன். என்னிடம் அதைக் கொடுத்துவிட்டு அவர் சொன்னார். ‘உலகில் கறுப்பு வெள்ளை என்று இரண்டு நிறங்கள் மட்டுமே இல்லை. அதற்குள்ளாக நீ அறியாத ஏராளமான நிறங்கள் இருக்கின்றன.’

நான் அதைக் கையில் வாங்கி நிறங்களை உருட்ட ஆரம்பித்தேன். என் கண்கள் அல்ல அவை என்பது புலனிற்குத் தெரிந்தது. வாடகைக் கண்கள் அவை. எங்கேயோ பார்த்த கண்கள் அவை. மெல்லப் புலப்பட்டது உண்மை. என் முதுகை உற்றுப் பார்த்த கண்கள் அவை. எனக்காகக் காத்திருந்த இரண்டு ஜோடிக் கண்கள் அவை. என்னை விடுவிக்க வந்த கண்கள் அவை. புத்தமை கொண்ட நான்கு கண்களின் வழியாக என் காலத்தைப் பின்னோக்கிப் பார்க்கத் துவங்கினேன். காலம் அதற்குத் தோதான கோணத்தில் அந்த க்ளைடாஸ்கோப்பை உருட்ட ஆரம்பித்தது. மனிதர்களின் முகங்கள் தென்பட ஆரம்பித்தன. என்னைப் போலவே சிதறிய காலத்தின் மனசாட்சி அவர்கள்.

●

1

அடிக்கடி வந்து போனதால் அவர் எனக்கு நண்பராகவே ஆகிப் போய்விட்டார். உரிமையெடுத்துப் பேசுவார். பேசும்போதே அடிக்கடி கண்கலங்குவார். ஆழமான காயம் அவர் மனதில் உரம் போட்டிருந்தது என்பதால் சகஜமானதுதான் என்கிற பாவனையில் அதையெல்லாம் கடந்துவிடுவேன். பார்க்கும் போதெல்லாம் அவருடைய அப்பாவை நினைத்து அவருடைய அம்மா கலங்கிப் போய் நிற்கும் தருணங்களைச் சொல்லுவார். 'எவ்வளவு காசு பணம் இருந்தாலும் என்னங்க, அநாதைதானே' என்பார். 'உங்களுக்காவது அம்மா என்று சொல்லிக்கொள்ள ஒரு ஆள் இருக்கிறார்' என்று சொல்லி அவரைத் தேற்றுவேன்.

முப்பது வயதுடைய அந்த இளைஞர் இப்போது தனியாக பி.பி.ஓ ஒன்றை நடத்துகிறார். அந்தம்மாவிற்கு எந்தக் குறையும் வைக்கவில்லை. ஒரே குறை அவருடைய அப்பாவைக் கொண்டுவந்து நிறுத்தாதது தான் என்று சொல்லிக் கொண்டிருப்பார். பேசும்போது, அவருக்கு ஒரு மேனரிசம் உண்டு. கழுத்தில் இருக்கும் தங்கச் சங்கிலியில் கோர்த்திருக்கும் பி என்கிற இனிஷியல் கொண்ட டாலரைக் கையில் பிடித்துச் சுரண்டியபடி இருப்பார். அவ்வப்போது எடுத்து அதைக் கடித்துக் கொண்டுமிருப்பார். என்னது இது என எல்லோரும் கேட்கும்போது, என் அப்பாவுடைய இனிஷியல் போட்ட டாலர் என பெருமையாகச் சொல்வாராம். இதைக்கூட அவர் கலங்கிய நிலையில்தான் சொன்னார். பி என்கிற இனிஷியல் கொண்ட நபரைத் தேடிக் கண்டுபிடிக்க வேண்டும். எத்தனை இலட்சமானாலும் பரவாயில்லை. திடீரென செக் புக்கை எடுத்து முன்னே போடுவார்.

எவ்வளவு வேண்டுமானாலும் நிரப்பிக் கொள்ளுங்கள் என்பார். அதெல்லாம் வேண்டாம் என்று சொல்லி எப்போதும் அவரைத் தவிர்த்துவிடுவேன்.

அவருடைய அம்மா ஆரம்ப காலத்தில் பெங்களூரில் கட்டட வேலை பார்த்தவர். திருவண்ணாமலையில் இருந்து கிளம்பிப் போன கூட்டத்தில் இவரும் ஒருவர். தமிழ்நாட்டைப் பூர்விகமாகக் கொண்ட ஆனால் மைசூரில் செட்டிலான ஒருத்தருடன் அந்தம்மாவிற்குப் பழக்கம் ஏற்பட்டிருக்கிறது. அவர் நல்ல மனிதர் என்று இன்றளவும் அந்தம்மா சொல்லிக் கொண்டிருப்பதாகச் சொன்னார் மகன். இந்தப் பழக்கத்தில் கர்ப்பமாகவும் ஆகிவிட்டது அந்தம்மா. மைசூர்ப் பக்கம் அவருடைய சொந்த ஊர் என்று ஒரு ஊரை அவர் அடிக்கடி சொல்லிக் கொண்டிருப்பாராம். இத்தனை வருட இடைவெளியில் அந்தம்மா அந்த ஊர்ப் பெயரை மறந்துவிட்டது.

ஆனால் அவர்கள் வாழ்ந்த அந்த இரண்டு மாதக் கதையை அச்சுப் பிசகாமல் அந்த அம்மா சொல்லுமாம். என்னிடம்கூட சொல்லியதுண்டு. தினமும் கட்டட வேலை முடிந்து எல்லோரும் தற்காலிக குடியிருப் பிற்குத் திரும்பிய பிறகு, அவர் பக்கத்தில் இருக்கும் நகரத்திற்குப் போய் மீன் வாங்கிக்கொண்டு வருவாராம். மீன் இல்லாமல் சாப்பாடு அவருக்கு இறங்கவே இறங்காது. அவர்தான் மீன்குழம்பு வைத்துத் தருவார் என சிரித்துக்கொண்டே சொன்னது அந்தம்மா. சண்டியர் ஒருத்தர் இந்தம்மா குளிக்கும்போது தள்ளி நின்று பீடி குடித்துக் கொண்டு பார்த்துக் கொண்டிருந்தாராம். 'மம்பட்டியைத் தூக்கி அவரை அடித்து விரட்டினார் உங்கப்பா' என்றார் என்னை வைத்துக் கொண்டே ஒரு தடவை. இப்படிச் சிதறல் சிதறலாக நிறையக் கதைகளைச் சொன்னார் அந்தம்மா. இன்னொருநாள் ஆழ்ந்த யோசனைக்குப் பிறகு, பக்கத்தில் உள்ள நகரத்திற்குப் போய் இருவரும் ஃபோட்டோ எடுத்தோம் என்று சொன்னார். புகைப்படம் கைவசம் இருந்தால் காட்டியிருப்பார்தானே?

மகன் தனது திருமணத்திற்கு முன்பு அப்பாவைக் கொண்டுவந்து நிறுத்திவிட வேண்டுமென ஆவலாக இருந்தார். மேடையில் இந்தப் பக்கம் அப்பா, அந்தப்பக்கம் அம்மா நின்றால்தான் திருமணம் என சபதம் எடுத்திருக்கிறேன் என்றும் சொன்னார். 'இத்தனை ஆண்டுகள் கழித்து அவரைக் கண்டுபிடிக்க முடியும் என்று நினைக்கிறீர்களா?' என்று கேட்டபோது, அதற்கு ஒரு கதை சொன்னார். அவருடைய அம்மா சொல்வதெல்லாம் எப்போதும் நடக்குமாம். அவர் வந்தால் கட்டச் சொல்லவேண்டும் என்று இவர் சம்பாத்தியத்தில் வாங்கித் தரச் சொன்ன தாலியொன்றைப் பத்திரமாக பூஜையறையில்

வைத்திருப்பதாகவும், தன்னுடைய அம்மாவின் நம்பிக்கை ஒருபோதும் பொய்க்காது என்றும் சொன்னார். எக்கிப் பறிக்க எதையாவதொன்றைத் தேடுபவனுக்கு எல்லாமே கொக்கிகள்தான்.

எனக்கு அவரை விட அவருடைய அம்மாவை நினைத்தால்தான் பரிதாபமாக இருந்தது. இன்னமும் கட்டிக்கொள்ள தாலியோடு ஒரு மூதாட்டி காத்திருக்கும் சித்திரம் என்னவோ செய்தது. அவருக்காக இல்லாவிட்டாலும் அந்தம்மாவிற்காகவாவது தேடவேண்டும் என்று நினைத்துக் கொள்வேன். ஒரு துப்புமில்லாமல் எப்படித் தேடுவது என்கிற சிந்தனையில் வைராக்கியத்தை அவ்வப்போது தூக்கியும் போட்டுவிடுவேன். ஒருதடவை அந்தம்மாவிடம் உட்கார்ந்து அவர்கள் பிரிவதற்கு முந்தைய நாட்களை அசை போடச் சொல்லி கூர்ந்து கேட்டுக் கொண்டிருந்தேன். தன்னையறியாமல் சில சமயங்களில் தெறிப்புகள் வந்து விழுந்துவிடலாம் என்பது ஆழமான என்னுடைய எண்ணம். இதுமாதிரி நிறையவும் நடந்திருக்கிறது.

அந்தம்மாவிற்கு அவர் வாழ்ந்த சில மாதங்களில் சற்றேறக்குறைய ஒரு ஐந்தாறு நாட்கள் மட்டுமே நினைவில் இருந்தன. வேலை, வேலை முடிந்ததும் மீன் குழம்பு என்றதிலேயே பெரும்பாலும் வந்து நின்றார். எப்படிப் பிரிந்தார்கள்? அந்தக் கூட்டத்தில் இருந்தவர்கள் சிலரை பக்கத்து நகரத்தில் வேலை என்று சொல்லி மொத்தமாக அழைத்துப் போயிருக்கிறார்கள். மூன்று வேளைச் சோறெல்லாம் போக, இரட்டைச் சம்பளம் தருவதாகச் சொன்னதும் பலர் ஆசையில் கிளம்பிப் போயிருக்கிறார்கள். சீக்கிரம் பணம் சேர்த்துவிட்டு சொந்த ஊருக்குப் போய்விடலாம் என்று சொல்லிவிட்டு இவரும் இரட்டைச் சம்பளத்திற்குக் கிளம்பிப் போயிருக்கிறார். ‘மூணு மாதத்திலேயே வயிறு உப்பிப் போயிருப்பதைப் பார்த்துவிட்டு பிறக்கப் போவது பையன்தான் என அப்போதே அவர் அடித்துச் சொன்னார்’ என்றார் அந்தம்மா. பையனுக்குச் சொத்துச் சேர்க்க வேண்டுமென்றால் காடுகரைகளில் உழைக்கதான் வேண்டும் என்று சொல்வாராம்.

‘மைசூர் பக்கத்தில் சொந்த ஊர் என்றீர்களே... நன்றாகத் தமிழ் பேசுவாரா?’ என்று கேட்டேன். கன்னடம் கலந்த தமிழில் பேசுவார் என்றார். உங்களைப் பற்றிச் சொல்லியிருக்கிறீர்களா என்றதற்கு, அந்தம்மா இல்லையென்று உதட்டைப் பிதுக்கியது. வேலைக்காகக் கிளம்பிப் போனவர் திரும்பி வரவில்லை. மற்றவர்களெல்லாம் திரும்பிப் பழைய குடியிருப்பிற்கே வந்திருக்கிறார்கள். அவர்களிடம் விசாரித்தபோது, வேலை முடிந்து ஒருநாள் எங்கேயோ கிளம்பிப் போனவர் திரும்பி வரவில்லை என்றார்களாம். அங்கிருந்து இந்தக் கூட்டமும் இடம்பெயர்ந்து இன்னொரு இடத்திற்குச்

சென்றுவிட்டது. நிறைமாத கர்ப்பிணியாக இருந்த அந்தம்மா வேலை செய்து கொண்டிருந்ததைப் பார்த்த அந்தக் கட்டுமானத்தின் உரிமையாளர் பரிதாபப்பட்டு அவருடைய வீட்டிற்கு அழைத்துச் சென்றிருக்கிறார். அவர்களே பிரசவம் பார்த்திருக்கிறார்கள். அங்கே வீட்டு வேலை செய்துகொண்டு அந்தம்மா அந்தக் குழந்தையை கொஞ்ச நாள் வளர்த்திருக்கிறது.

அந்த உரிமையாளர் சென்னையில் இருக்கிற தன்னுடைய சொந்தக்காரர் ஒருத்தர் வீட்டுக்கு வேலைக்கு அனுப்பியிருக்கிறார். இங்கு இருந்த உரிமையாளரும் நல்ல மனுஷன். நண்பரை அவர்களே படிக்க வைத்திருக்கிறார்கள். அவர்கள் வீட்டுப் பையன்களுடன் இவரும் ஒரு பையனாகவே வளர்ந்திருக்கிறார். ஆனால் சோற்றை மட்டும் அவுட் ஹவுஸில் வைத்துப் போடுவார்கள் என்று அவர் விவரித்த போது எனக்கு எரிச்சலாக வந்தது. இடையில் திருவண்ணாமலைக்கு அடிக்கடி போய் வந்திருக்கிறார் அந்தம்மா. பெற்றோர் இறந்தபிறகு திருவண்ணாமலைக்குப் போவதையும் நிறுத்திவிட்டேன் என்றார். வீட்டு வேலைகள் செய்து தன்னுடைய பையனை நல்லபடியாகப் படிக்க வைத்திருக்கிறார். நண்பரும் தாயின் கஷ்டம் உணர்ந்து படித்து ஒருநிலைக்கும் வந்துவிட்டார். இப்போது தாய்க்குத் திருப்பிச் செய்ய நினைக்கிறார். 'ஓடிப் போன ஒருத்தரை இப்போது எதற்காக தேடுகிறீர்கள்?' என்றேன். 'பாஸ், எங்க அம்மா என்னுடைய அப்பாவை பற்றி சொல்லும்போது இப்போதுகூட நல்லவிதமாகதான் சொல்கிறார். ஏமாந்த அவரே சொல்லும்போது அதை நம்பாமல் இருக்க முடியவில்லை' என்று அவர் சொன்னபோது எனக்கும் சரியென்றே பட்டது.

நான் கிட்டதட்ட கொஞ்ச நாள் அந்தக் கதையை மறந்து போயிருந்தேன். திடீரென ஒருநாள் இரவு பதினொரு மணி இருக்கும்போது என்னை அழைத்தார் அவர். 'பாஸ், உடனடியா நாம மைசூர் கிளம்பணும்' என்றார். என்னவென்று விசாரித்தபோது அந்தம்மா ஞாபகப்படுத்தி ஒடனாடி என்று ஒரு ஊர்ப் பெயரைச் சொன்னதாகச் சொன்னார். விழித்துக்கொண்டது என் மனம். சாகசத்திற்கான மனநிலைக்கு உடனடியாகத் தயாராகிவிட்டேன்.

இருவரும் இரவோடிரவாக கிளம்பிப் போய் மைசூரில் அறை எடுத்தோம். பகலெல்லாம் வழக்கத்திற்கு மாறாக அமர்ந்து அவர் குடித்துக் கொண்டிருந்தார். நானும்கூட சேர்ந்து குடித்துக் கொண்டிருந்தேன். அவருடைய உற்சாகம் எனக்குள்ளும் கரைபுரண்டது. அப்பாவும் மகனும் சந்தித்துக்கொள்ளப் போகும் அற்புதக் கணம் எப்படியிருக்கும் என்றெல்லாம் கற்பனைகள் செய்து

கொண்டிருந்தேன். கட்டிப் பிடித்து அழுவார்களா? உதைத்துக் கழுத்தைப் பிடித்து வெளியே தள்ளுவார்களா? அசைந்தாடிக் கொண்டே இருந்தன கற்பனைக் காட்சிகள்.

'அப்பாவை அழைத்துக்கொண்டு வந்தவுடன் உடனடியாக இருவருக்கும் ஃப்ளைட் டிக்கெட் புக் செய்து புண்ணிய யாத்திரைக்கு அனுப்ப வேண்டும்' என்றார். 'அவர்களுக்கு இது இரண்டாவது தேனிலவு காலம்' என்று சியர்ஸ் சொல்லி கண்ணாடிக் குடுவையைத் தட்டிக் குடித்தார். தளும்பியது மகிழ்ச்சி. அவருடைய கழுத்தில் கிடக்கிற சங்கிலியை அப்பாவிற்கு அணிவிக்க வேண்டுமென்று சொல்லி அதைக் கழற்றி புதிதாக ஏற்கெனவே வாங்கிக்கொண்டு வந்திருந்த நகைப் பெட்டிக்குள் வைத்தார். அந்த நகைப்பெட்டியைத் திறக்கும்போது பார்த்தேன். அதில் அந்தத் தாலியும் இருந்தது. முப்பது வருடங்கள் கழித்து அப்பாவும் மகனும் அம்மாவிற்கான தாலியோடு சந்தித்துக்கொள்கிற அந்தத் தருணத்திற்காக நானும் ஏங்கினேன்.

உடனடியாக மைசூரில் ஒரு ஆட்டோவை அமர்த்தி ஒடனாடி நோக்கிப் புறப்பட்டோம். வழிநெடுக அவர் போதையில் கிட்டதட்ட கத்திக்கொண்டு வந்தார். ஆட்டோக்காரருக்கு நன்றாகத் தமிழ் தெரிந்திருந்தது. அவருக்கும் ஆட்டோவை நிறுத்தி சரக்கை ஊற்றிக் கொடுத்தார். ஒடனாடியை நெருங்க நெருங்க எனக்குள் மெல்ல பயம் எட்டிப் பார்த்தது. இதுபோன்ற சந்தர்ப்பங்களில் சம்பந்தப்பட்டவர் களை அழைத்துக்கொண்டு, புதிய ஊருக்குள் நுழைவது அறிவான செயல் அல்ல என்பது என் அனுபவத்தில் தெரியும். ஆட்டோக்காரரும் அதையே சொன்னார். தவிர வழியில் குடித்துக் குடித்து நிற்க இயலாத போதையில் இருந்தார் அவர். திரும்பவும் மைசூருக்குப் போய் அவரை அறையில் விட்டுவிட்டு நானும் ஆட்டோக்காரரும் மட்டும் கிளம்பிப் போனோம். நண்பரும் அதுதான் சரியென்று அரை மயக்க நிலையிலும் ஒத்துக் கொண்டார். அவரை அறையில் படுக்க வைத்தபோது கடவாயோரம் வழிந்த எச்சிலைத் துடைத்து விட்ட போது, கைகளைப் பிடித்துக்கொண்டு, அப்பா, அப்பாவென முனகினார்.

பி என்கிற இனிஷியல் கொண்ட பாலசுப்பிரமணியனைக் கண்டுபிடிப்பது ஒன்றும் கடினமான காரியமாக இருக்கவில்லை. பெங்களூர் பக்கத்தில் வேலை, ஒரு அம்மா, ஒரு குழந்தை என்றதுமே எல்லோருமே மீதிக் கதையைச் சொல்லிவிட்டார்கள். பாலசுப்பிரமணியன் எல்லோரிடமுமே இந்தக் கதையைச் சொல்லி அழுதிருக்கிறார். எங்களைக் கொண்டுபோய் அவருடைய வீட்டின் முன்னால் நிறுத்தினார்கள். ஓலை வேய்ந்த குடிசை வீடு அது.

முற்றத்தில் பாத்திரங்கள் சிதறிக் கிடந்தன. வாயகன்ற பித்தளைப் பாத்திரத்தில் மாட்டிற்கு கழனித் தண்ணீர் வைத்திருந்தார்கள். அதில் அதன் விளிம்பில் அமர்ந்து காகம் ஒன்று குடித்துக் கொண்டிருந்தது. வீட்டிற்குள் இருந்த சிறிய வெளிச்சத்தின் வழியாக பால சுப்பிரமணியனைப் பார்த்தேன். நைந்து கிழிந்து போய் குத்துக்காலிட்டு அமர்ந்து தொலைக்காட்சி பார்த்துக் கொண்டிருந்தார்.

வந்த செய்தி கேட்டதும் பூரித்துப் போய்விட்டார். அவருக்கு இங்கே திருமணமாகி இரண்டு பெண் குழந்தைகள் இருக்கிறார்கள். அதில் ஒருத்தருக்கு திருமணம் ஆகிவிட்டது. மனைவி இறந்துவிட்டார். பெண் பிள்ளைகளின் தயவில் காலம் ஓடிக் கொண்டிருந்தது. வேலைக்கெதுவும் போக முடியாதளவிற்குத் துவண்டு போயிருந்தார். அந்தம்மாவை விட்டுச் சென்ற இடத்திற்குப் போய்த் திரும்பவும் தேடியிருக்கிறார். வேறு வேறு ஊர்களுக்கு வேலைக்குப் போனாலும் முறைவைத்துக் கிளம்பிப் போய்த் தேடிவிட்டு வருவதை வழக்கமாகவே வைத்திருந்திருக்கிறார். கண்டுபிடிக்க முடியவில்லை என்று சொல்லி அழுதார். எதையோ யோசித்தவர் தவழ்ந்து எழுந்து போய் பழைய இரும்புப் பெட்டியொன்றிற்குள் கையை நுழைத்து ஆழமாக நோண்டி புகைப்படம் ஒன்றை எடுத்துக் கொண்டுவந்து காட்டினார். அவரும் நண்பரின் அம்மாவும் இணைந்து எடுத்த பழைய கறுப்பு வெள்ளை புகைப்படம். 'எனக்கு அண்ணனும் அம்மாவும் இருக்காங்களா?' என வெள்ளந்தியாய்ச் சிரித்துக்கொண்டு கேட்டார் அவருடைய இரண்டாவது பெண்.

ஆமாம் என்று சொல்லவில்லை நான். ஒரு விசாரணைக்காகதான் வந்திருக்கிறோம், இன்னும் உறுதி செய்யவில்லை என்றேன் நான். அதையும் அவர்கள் நம்பினார்கள். அந்தப் புகைப்படத்தை என்னுடைய மொபைலில் நகல் எடுத்துக் கொண்டேன். திரும்ப வரும்போது அவர் என்னுடைய எண்ணைக் கேட்டபோது குறித்துக் கொடுத்தேன். இழந்து போன குடும்பம் கிடைத்துவிட்டது என்கிற முடிவிற்கே அவர் வந்துவிட்டார். 'என்னோட மனைவி, பையன் ஃபோட்டோ இருக்கிறதா?' என்று கேட்டார். இல்லையென்றேன்.

திரும்பி வந்தபோது நண்பர் போதை கலைந்து நிதானமாக இருந்தார். கூடுதல் நிதானத்துடன் அந்தப் புகைப்படத்தை வாங்கிப் பார்த்து விட்டு என்னுடைய அம்மாதான் இது என்று உறுதிப்படுத்தினார். குடும்பச் சூழல், தங்கைகள், வறுமை உள்ளிட்ட எல்லா விஷயங் களையும் விலாவாரியாகச் சொன்னேன் அவரிடம். பழைய உற்சாகம் இல்லாமல் அமைதியாகக் கேட்டுக் கொண்டிருந்தார். சில நேரங்களில் தேடுவது கிடைத்த பிறகு உச்சம் அடங்கிவிடுவது

இயல்புதான் என்பதால் நானும் அதைப் பெரிதாக எடுத்துக் கொள்ளவில்லை. 'அம்மாவை சர்ப்ரைஸாக கூப்பிட்டு வரலாம் பாஸ்' என்று சொல்லி என்னை அழைத்துக்கொண்டு சென்னை திரும்பினார். போதை கலைந்த பிறகு வருகிற வெறுமை எல்லா விஷயங்களிலும் இருக்கதான் செய்கிறது.

அதற்கடுத்து பலமுறை நான் ஃபோன் செய்தும் அவர் எடுக்கவில்லை. இடையில் அவருடைய அப்பா எனக்கு கணக்கில் வைத்துக்கொள்ள முடியாதளவிற்கு நிறைய தடவைகள் ஃபோன் செய்தார். வேலையாக இருக்கிறேன் என்று இரண்டு முறை மட்டும் ஃபோனை எடுத்து பதில் சொன்னேன். அவரை இப்படி அலைக் கழிப்பது குறித்து குற்றவுணர்வாக இருந்தது. ஒருநாள் சொல்லாமல் கொள்ளாமல் நண்பருடைய வீட்டிற்குப் போனேன். வீட்டு வரவேற்பறையில் அவருடைய பெற்றோரின் கறுப்பு வெள்ளை புகைப்படம் மெருகூட்டப்பட்டு மாட்டப்பட்டிருந்தது. இன்னொரு பக்கம் அவருடைய அப்பாவின் படத்தை மட்டும் வெட்டி 'பாலசுப்பிர மணியன் மறைவு 1989' என்று தேதி பொறித்து மாட்டியிருந்தார்.

அதற்கு மேல் எப்போதும் எரிந்தபடியே இருக்கும் ஜப்பான் நிறுவனத் தயாரிப்பான கலைநயம் தாங்கிய மின்விளக்கொன்றையும் மாட்டியிருந்தார். அவர் என்ன கதை சொல்லியிருக்கிறார் என்பது தெரியாததால், அந்தம்மாவிடம் இருந்து 'இதோ வந்துடறேன்' என தப்பித்து வெளியே ஓடி வந்தேன். நான் வந்து போன விஷயம் கேள்விப்பட்டு அவரே என்னைத் தேடி வந்தார். கேள்விகளுக் கெல்லாம் இடமே கொடுக்கவில்லை. 'பாஸ், எனக்குத் தேவை மற்றவர்களுக்குக் காட்டுவதற்கு, இப்படி ஒருஆள் இருந்தான் என்கிற செய்திதான். அது புகைப்பட ஆதாரமாகவும் கிடைத்துவிட்டது. இனி அவர் எனக்கு தேவையில்லை. உங்களது உதவிக்கு கட்டணம் தரவேண்டுமானாலும் தந்துவிடுகிறேன்' என்று சொல்லிவிட்டுக் கிளம்ப எத்தனித்தவரை நிறுத்தி, 'அந்தத் தாலியை என்ன செய்தீர்கள்?' என்றேன். 'அதை உருக்கி மோதிரமாகச் செய்து போட்டுக்கொள்ளச் சொன்னார் என் அம்மா' என்று சொல்லிவிட்டு கையைக் காட்டினார். சுமையை அவர் நடக்கவே இயலாமல் தவழ்ந்து போகும் இன்னொரு மனிதரின் மீது இறக்கி வைத்து விட்டார். நான் அவருடைய மோதிரக் கையைச் சங்கடத்துடன் பார்த்தேன். பி என்கிற இனிஷியல் இருந்தது அதில்.

2

'இந்த வெவரம் கெட்ட மனுஷனை பத்து தடவைக்கு மேல் கொலை பண்ண முயற்சித்துவிட்டேன்' என்று சொன்ன அந்த அம்மாவைப் பார்த்ததும் எனக்குச் சிரிப்பு வந்துவிட்டது. 'சும்மா விளையாடாதீங்கம்மா' என்று நான் சொன்னதை அவர் கவனித்த மாதிரியே காட்டிக் கொள்ளவில்லை. இரண்டாம் முறை சொன்னபோதும் அப்படியே. காது கேட்கும் தன்மையை அவர் இழந்திருப்பாரோ என சந்தேகம் வந்தது. பள்ளியில் தலையைக் குனிந்துகொண்டு அமர்ந்து கொண்டிருக்கும் குழந்தைபோல அவர் என்ன நினைக்கிறாரோ அதை ஒப்பித்துக் கொண்டிருந்தார். தன்னுடைய மஞ்சள் பையில் இருந்து ஒரு காகிதத்தை எடுத்துப் பார்த்தார். பிறகு சொல்ல ஆரம்பித்தார். மறந்துவிடும் என்று சொல்லி தனது கணவன் மீதான குற்றச்சாட்டுகளை பாயிண்ட் பாயிண்ட்டாக சிவப்பு மையால் எழுதிக் கொண்டுவந்திருந்தார். நீதி சொல்கிற இடத்தில் இருப்பவர்கள் இப்படிதான் வழக்கத்திற்கு மாறான நிறத்தைப் பயன்படுத்துவார்கள். எக்கி அந்தப் பேப்பரை எட்டிப் பார்த்தேன். மலையாளம்போல வளைத்து வளைத்து அவரது தலையெழுத்தைப் போல தமிழை எழுதியிருந்தார். உலகிலேயே அதிக பாவம் என்பதைக் குறிக்க ஏதாவது ஒரு வார்த்தை இருக்கிறதென்றால், அதைதான் அந்தம்மாவைப் பார்த்துச் சொல்லவேண்டும்.

வறுமை சகட்டுமேனிக்குக் குத்திக் கிழித்திருந்தது அவரை. சத்தியமாகவே அவரது வாழ்க்கையைப் பிரதிநிதித்துவப்படுத்தும் படியாகக் கிழிந்த சேலையைதான் கட்டியிருந்தார். தலைமுடியெல்லாம் உதிர்ந்து இருக்கிற முடியை வைத்து சின்னதாகக் கொண்டை போட்டிருந்தார்.

முகத்தில் மஞ்சளை அப்பியிருந்தார். கண்களில் நீர் வற்றிப் போயிருந்தது. நாமே இந்தம்மாளைத் தத்தெடுத்துவிட்டால் என்ன என்று தோன்றும்படியாக இருந்தார். வந்தமர்ந்த கொஞ்ச நேரத்திலேயே தெரிந்துவிட்டது. வாழ்க்கை நெருக்கியதில் அவருக்குக் கொஞ்சம் மனநலமும் பிசகிவிட்டது என அவர் பேசுவதைக் கேட்பவர்களுக்கு ஒருவேளை தோன்றலாம். பேசுவதற்கே ஆள் இல்லை என்பதுபோல கிடைத்த என்னிடம், சிதறிக் கிடக்கிற ஒருமூட்டை தானியத்தை ஒரேநாளில் கொத்தித் திங்கத் துடிக்கும் ஒரு கோழியைப்போல எல்லாவற்றையும் கொட்டிக் கொண்டிருந்தார்.

‘நெஞ்சே வெடித்துவிடும் என்கிற மாதிரி துயரத்தில் இருந்த சமயத்தில் தலையணையை அழுத்திக் கொன்றுவிடலாம் என்று நினைத்தேன். இரண்டு தடவை அரளிவிதையை அரைத்துக் குழம்பில் கலந்து வைத்திருந்தேன். அப்புறம் பாவம் என்று நினைத்து கீழே கொட்டிவிட்டேன்...’ என்றெல்லாம் அவரைக் கொலை செய்வதற்கு எடுத்துக்கொண்ட முயற்சிகளைப் பட்டியலிட்டார். நிச்சயம் கொடூரக்காரக் கணவராகதான் அவர் இருக்க முடியும் என்கிற சித்திரத்தை உருவாக்கிக் கொண்டிருந்தபோது வந்து நின்றவர், இவரைவிட அப்பாவி. கட்டம் போட்ட, கிழிசல் தைக்கப்பட்ட ஊதாநிறச் சட்டையும் பழுப்பு நிறமான வேட்டியும் கட்டி கையில் அவரும் மஞ்சள் பையோடு வந்து நின்றார். அந்த மஞ்சள் பை அவரது உடைகளைவிட அழுக்காக இருந்தது. ‘கடவுளே... இதென்ன துயரம்?’ என வாய்விட்டே அரற்றிவிட்டேன். எறும்புகளுக்குக்கூட பாதுகாப்பாய் புற்று இருக்கும்போது எளிய மனிதர்களான இவர்களுக்கு ஏன் துயரமில்லாத வாழ்வு சாத்தியப்பட வில்லை? யாரை நொந்துகொள்வது?

அவர் அச்சாபீஸில் வேலை செய்திருக்கிறார். மூன்று அண்ணன்கள் கொண்ட குடும்பத்தில் ஆரம்பத்தில் இருந்தே இவர் அசமந்தம். வந்து சேர்ந்த அந்தம்மாவும்கூட வெடுக்கென்று பேசிப் பிழைக்கத் தெரியாதவர். குடும்பத்து வழியில் நிறையவே சொத்துக்கள் இருக்கின்றன. அவை எங்கெங்கு இருக்கின்றன என்பதுகூட இவர்களுக்குத் தெரியாது. ஆணும் பெண்ணுமாக இரண்டு குழந்தைகள் பிறந்திருக்கிறார்கள். வறுமையில் உழன்ற இவர்களின் மனதை மாற்றி அந்த இரண்டு குழந்தைகளையுமே சேலத்தில் உள்ள ஆதரவற்றோர் இல்லத்தில் அநாதைகள் என்று சொல்லித் தலையை முழுகிவிட்டனர் இவரின் அண்ணன்கள். யார் பார்க்க வந்தாலும் விடத் தேவையில்லை என்றும் எழுதிக் கொடுத்துவிட்டனர். ‘இந்தாருக்கு அந்த புரோநோட்டு’ என பழுப்படைந்த காகிதமொன்றை எடுத்துக் காட்டினார்.

சொத்துக்களையும் இவரிடம் எழுதி வாங்கிக் கொண்டனர். மாதம் அந்தக் காலத்தில் ஐந்நூறு ரூபாய் கொடுத்திருக்கிறார்கள். அப்புறம்

அது ஆயிரமாகி, ஆயிரத்து ஐந்நூறாகி இப்போது இரண்டாயிரத்து ஐந்நூறில் வந்து நிற்கிறது. பெரியவரால் முன்பைப்போல இப்போது வேலைக்குப் போக முடியவில்லை. இரண்டு பேரும் பிச்சை எடுக்கவில்லையே தவிர, மற்றபடி அரைவயிறும் கால்வயிறுமாக தான் சாப்பிடுகிறார்கள். பசியை யாருக்கு முந்தியும் கண்கள் காட்டிக் கொடுத்துவிடும். அவர்களுக்கு தி.நகர் ஆர்ய பவனில் இருந்து சாப்பாடு வாங்கிக்கொண்டு வந்து கொடுத்தபோது ஆர்வமாகச் சாப்பிட்டார்கள். 'இத்தனை கூட்டு பொறியலையெல்லாம் சாப்பிட்டு எத்தனை நாளாச்சு...' என்றபோது கண்ணீர் வந்துவிட்டது எனக்கு. கருணையே இல்லாத மனிதர்களிடம் வாயில்லாத இந்த ஜீவன்கள் மாட்டிக் கொண்டுவிட்டன என்பதை நினைக்கக் கோபம் வந்தது. உங்கள் அண்ணன்களை ஏதாவது செய்யலாமா என்று கேட்டபோது, அவர் கையெடுத்துக் கும்பிட்டுவிட்டார். இருப்பதும் போய் விட்டால், என்ன செய்வது என்கிற அவரது கேள்வியில் நியாயம் இருந்தது. நாங்கள் கதாநாயகனாக ஆவதற்கு இன்னொருத்தன் சோற்றில் மண்ணை அள்ளிப் போடக்கூடாது என்பதால் அமைதியாகிவிட்டேன்.

அந்தம்மாவிற்குத் தெரியாமல் குழந்தைகளை அநாதை ஆசிரமத்தில் விட்டதால் கோபம். அதற்காகதான் ஆரம்பத்தில் சொன்ன மாதிரி கொலை செய்ய முயற்சியெல்லாம் செய்திருக்கிறார். அப்படி நினைத்திருப்பார், செய்யவெல்லாம் முயன்றிருக்க மாட்டார் என எனக்குத் தோன்றியது. 'இப்படிதான் பேசிக்கிட்டே இருப்பா. சில நேரங்கள்ள அவ பேசாம இருந்தா எனக்கு பயமாயிடும். எந்திருச்சு பார்ப்பேன். நல்லா தூங்கிக்கிட்டு இருப்பா' என சொல்லிவிட்டு எச்சில் தெறிக்க விநோதமாகச் சிரித்தார். சிரிப்பப் பாருங்க என அந்தம்மாவும் சேர்ந்துகொண்டு துயரத்தை மறந்து மிகச் சரியாக பத்து விநாடிகள் சிரித்தார். மறுபடியும் கேட்காமலேயே அட்டணங்கால் போட்டு திரும்பவும் துயரம் வந்து ஒட்டிக் கொண்டது முகத்தில்.

என்னம்மா வேண்டும் உங்களுக்கு என்று அந்தம்மாவின் கைகளைப் பரிவுடன் பிடித்துக் கேட்டேன். பொலபொலவென்று அழுது விட்டார். என் மகன் இருந்தால், அவனுக்கு உன் வயசு இருக்கும் என்றார். மகன் மூத்தவனுக்கு இருபத்து மூன்று வயதிருக்கும். இளையவளுக்கு பதினெட்டு. 'எப்பிடியாச்சும் எங்க ரெண்டு பேரையும் அவங்ககிட்ட போயி சேத்துரு தம்பி. முடியலை. மருந்து மாத்திரை வாங்கிட்டா காசு பத்தாம போயிருது. இவங்க அண்ணன் வீடுகளுக்கு போயி கேக்கறேன்னாலும் பிரச்சினையாயிரும்னு சொல்லி விடமாட்டேங்கறார். பல நேரங்கள்ள பசி தாங்க முடியலை. முன்ன மாதிரி இவராலயும் வேலைக்கு போக முடியலை. பக்கத்து வீட்டுல உக்காந்து காபி குடிச்சாகூட இந்த மனுஷன் கோவிச்சிக்கிறாரு' என்று சொல்லி

விட்டுக் கதறியழுதபோது உடனடியாக அந்த அண்ணன்களை ஏதாவது செய்ய வேண்டுமென கோபம் வந்தது.

ஆதரவற்றோர் இல்லத்தில் சேர்த்த மஞ்சள் படிந்த நொறுங்கி விடும் நிலையில் இருந்த பேப்பர்கள் பலவற்றைக் காட்டினார்கள். இரண்டு முறை அங்கே போயிருக்கிறார்கள். உள்ளேயே விட மறுத்து விட்டார்களாம். அதில் இருந்த முகவரியை எடுத்து உடனடியாக ஆள் அனுப்பி அந்த இல்லத்தின் மேலாளரைத் தொடர்பு கொண்டேன். உடனடியாக அழைத்துக்கொண்டு வரச் சொன்னார்கள். அவர்களிரு வரையும் காரில் அழைத்துக்கொண்டு சேலம் நோக்கிப் புறப்பட்டோம். ஆரம்பத்திலேயே 'இல்லத்திற்கு வரக்கூடாது. நாங்களே நீங்கள் இருக்கிற ஹோட்டலுக்கு இருவரையும் அழைத்து வருகிறோம்' என சொல்லி இருந்தார்கள். இல்லத்தின் சார்பில் இரண்டு பேர் மட்டும் ஹோட்டலுக்கு வந்தார்கள். பிள்ளைகள் எங்கே என்றபோது அடுத்த தெருவில் வேனில் இருப்பதாகச் சொன்னார்கள்.

ஏன் இங்கே அழைத்துவர வேண்டியதுதானே என்றபோது, அவர்களிருவரும் வர மறுத்துவிட்டதாகச் சொன்னார்கள். நான் வந்து பேசிப் பார்க்கட்டுமா என்றபோது சரியென்றார்கள். அந்தப் பையன் சேலத்தில் ஒரு கணிப்பொறி நிறுவனத்தில் அப்போதுதான் வேலைக்குச் சேர்ந்திருக்கிறான். பூனை மீசையை மழித்துவிட்டு மஞ்சள் பூசினால், அப்படியே அந்தம்மாவின் முகச்சாடை. அப்பாவின் அப்பாவிச்சிரிப்பை வரமாகப் பெற்றிருந்த அந்தப் பெண் கல்லூரி இறுதியாண்டு படித்துக் கொண்டிருந்தார். அவர்களுக்கும் அவர்களின் பெற்றோருக்கும் இருக்கிற அங்க அவய ஒற்றுமைகள் குறித்துச் சொன்னபோது அவர்களது கண்களில் சின்ன ஒளி வந்தடங்கியதைக் கவனித்தேன். பக்கத்தில் அவர்களுடைய புதிய சொந்தங்கள் இருந்ததால் அந்த ஒளியைப் பிடித்து காலுக்கடியில் போட்டுவிட்டனர். எவ்வளவோ பேசிப் பார்த்தும் இருவரும் தங்களது பெற்றோரை வந்து பார்க்க மறுத்துவிட்டார்கள். 'எங்கள வேண்டாம்னு தூக்கிப் போட்டுட்டு போனவங்க இப்ப மட்டும் எதுக்கு வந்தாங்களாம்?' என கோரஸாகச் சொன்னார்கள். நான் தள்ளிப் போய் சிகரெட் பிடித்துக் கொண்டிருந்தபோது, அந்த இல்லத்தைச் சேர்ந்த இருவரில் ஒருத்தர் தனியாக வந்து ஒரு விஷயத்தைச் சொன்னார்.

பொதுவாகவே இதுமாதிரி இல்லங்களில் சேர்பவர்களிடம் அப்பா அம்மா குறித்த வெறுப்பை சிறுவயதிலேயே விதைத்து விடுவார்களாம். அங்கிருப்பவர்களையே அம்மா, அப்பா, அண்ணன், தம்பி என்று அழைக்கச் சொல்லி வளர்ப்பதன் காரணமாக இயல்பாகவே பாசம் போய்விடும் என்றார். நான் திரும்பிப் போய்,

‘உங்களை இல்லத்தில் விட்டது உங்களுடைய சித்தப்பா, பெரியப்பாக்கள்தான். உங்கள் பெற்றோர்கள் அப்பாவிகள்’ என்று சொல்லிப் பார்த்தேன். இரண்டுபேரும் விடாப்பிடியாக சந்திக்க மறுத்தார்கள். எங்களை மிரட்டுகிறார்கள் என்று சொல்லி இடையில், அருகிலிருக்கிற உள்ளூர் காவல் நிலையத்திற்கு அந்த இல்லத்தின் மேலாளர் ஃபோன் செய்த விஷயம் எங்களுக்குத் தெரியவில்லை.

காவல்துறை வந்து நின்றபோதுதான் அது எங்களுக்குத் தெரியவந்தது. ‘எதுன்னாலும் கோர்ட்ல பாத்துக்கோங்க சார். அவங்க கம்ப்ளைன்ட் கொடுத்திட்டாங்க’ என்றார்கள் வந்து நின்ற காவலர்கள். நான் அவர்களிடம் இயலாமையின் ஒட்டுமொத்த உருவமாக வந்து நிற்கும் அந்தத் தம்பதியின் நிலைமையை விளக்கினேன். ‘சார், இந்த மாதிரி ஹோம் நடத்துறவங்கட்ட நம்ம ஞாயமெல்லாம் எடுபடாது. ஏதாச்சும் உங்களுக்கு ஃபேவரா பண்ணா அடுத்த நாளே கமிஷனர்ட்ட கம்ப்ளைன்ட் பேப்பரோடு நிப்பாங்க. நீங்க அவங்கள வலுக்கட்டாயமா பாக்க முயற்சி பண்ணீங்கன்னா எங்களுக்குதான் சிக்கல் சார்’ என அவர்களது கையறு நிலையைச் சொன்னார்கள். நாங்கள் தோல்வி யோடு அறைக்குத் திரும்பி வந்தோம். அலுவலகம் முடிந்த பிறகு என் தங்கையை கல்லூரியில் இருந்து அழைத்து வருவேன் என அந்தப் பையன் பேச்சோடு பேச்சாக எல்லாமும் நன்றாகப் போய்க் கொண்டிருக்கும்போது சொன்னது நினைவிற்கு வந்தது.

என்ன ஆச்சு என்றார் அந்தம்மா. நாம கோர்ட்ல போட்டு பார்த்துக்கலாம் என்றேன் ஆதரவாக. ‘வளர்ற பிள்ளைகள கோர்ட்டு போலீஸ் ஸ்டேஷன்னு அலைய வைக்கக்கூடாது தம்பி. அதிலயும் கல்யாண வயசுல வளர்ந்து நிக்கற பொண்ணுகிட்ட போலீஸ்காரங்க அங்குருவமா பேசுவாங்க. அப்பறம் ச்சீன்னு போயிடும் எங்கள நினைச்சா. அவங்க எங்க இருந்தாலும் நல்லா இருக்கட்டும் தம்பி. ஒரு தடவை மட்டும் பாத்திட்டேன்னா போதும்’ என இதுவரை நான் அவரிடத்தில் பார்த்தேயிராத தெளிவோடு சொன்னார் அந்தம்மா. என்ன இருந்தாலும் பெத்த மனம் பித்து என்கிற பழைய வாசகம் எனக்கு நினைவிற்கு வந்தது. பிள்ளைகள் விஷயத்தில் அவர் கொண்டிருந்த தெளிவு எதையெதையோ கற்றுத் தந்தது எனக்கு. தவறே செய்யாத இரண்டு ஜீவன்கள் பாசத்தில் அன்றிரவு முழுக்க தவித்துக் கொண்டிருந்தன.

ஏற்கெனவே காவல்துறை கெடுபிடி காட்டிவிட்டதால் தெரியாமல் அழைத்துப் போய்க் காட்டிவிடலாம் என்று திட்டம் போட்டோம். நண்பர்கள் சிலர் உதவியுடன் அந்தப் பையன் அலுவலகம் முடிந்து போகும் வழி, கல்லூரி வாசல் என எல்லாவற்றையும் விசாரித்தோம். இரண்டு பேரையும் காரில் அழைத்துக்கொண்டு காலையில் சந்திக்க

முயற்சி செய்து தோற்றுவிட்டோம். மாலையிலும் அப்படியே. நாங்கள் சந்திக்க வந்துவிடுவோம் என உஷாராக அவர்கள் செயல் பட்டது தெரிந்துவிட்டது. அந்த அறையைக் காலி செய்துவிட்டு இன்னொரு அறைக்கு மாறினோம். நாங்கள் தங்கியிருந்த இடத்தில் அவர்களுடைய ஆட்களிருக்கிறார்கள் என்பதை மோப்பம் பிடித்து விட்டோம். அந்த அறையைக் காலி பண்ணும்போது ஊருக்குப் போகிறோம் என்று சொல்லிவிட்டே சென்றோம்.

மறுநாள் மாலையில் நேரம் கூடி வந்தது. அந்தப் பையனும் பெண்ணும் வழக்கமாக வந்து நிற்கிற பேருந்து நிலையத்தில், சந்தேகம் வரக்கூடாது என்பதற்காக அந்தம்மாவை மட்டும் உட்கார வைத்துவிட்டு நாங்கள் தூரத்தில் நின்று கொண்டிருந்தோம். தனியாக அந்தம்மா பார்ப்பவர்களுக்கு உடனடியாக பரிதாபம் வருகிற தோரணையில் அமர்ந்திருந்தார். இயல்பாகவே அவர் அப்படி தானே? நேரம் சென்று கொண்டிருந்தது. இடையில் கொஞ்சம் கவனப் பிசகாக இருந்தபோது, தூரத்தில் அந்தப் பேருந்து நிலையத்தில் அந்தப் பெண்ணும் பையனும் வந்து நிற்பது தெரிந்தது. அந்தம்மாவிடம் போய் அந்தப் பையன் ஏதோ பேசுவதுபோல தெரிந்தது. அந்தப் பையனின் முதுகுதான் சாலைக்கு அந்தப்பக்கம் தள்ளி நின்று கொண்டிருந்த எங்களுக்குத் தெரிந்தது.

வாகனங்களைத் தாண்டிக் குதித்து அந்தப் பெரியவரைக் கையில் பிடித்து இழுத்துக்கொண்டு வந்த எங்களை அந்தப் பெண் பார்த்து விட்டு அண்ணனிடம் அவசர சமிக்ஞை காட்டினார். நாங்கள் வருவதற்குள் நின்றிருந்த ஒரு ஆட்டோவில் ஏறி இருவரும் பறந்து போனார்கள். அவர்கள் போய்ச் சேர்ந்த ஐந்துநிமிடம் கழித்தே வாகன நெரிசலில் நீந்தி நாங்கள் அந்தப் பக்கத்திற்குப் போக முடிந்தது. போய் நின்றபோது அந்தம்மா, அடித்துப் பிடித்து அவசரகதியில் ஓடிவந்த எங்களைப் பார்த்து, ‘மெதுவா வரக்கூடாதா… எங்கயாச்சும் அடிபட்டுருச்சுன்னா என்னாவது? இந்த மனுஷனுக்கு புத்தியேயில்லை. பிள்ளைகள பதறாம கூப்ட்டு வரத் தெரியாதா?’ என்றார். அவரது கையில் ஒரு ஐம்பது ரூபாய்த் தாள் கசங்கத் துவங்குகிற நிலையில் இருந்தது. அந்தப் பையன் யாரோவென பரிதாபப்பட்டுத் தந்த ஐம்பது ரூபாய். ‘யார் குடுத்தாலும் வாங்கிர்றதா…’ என பெரியவர் கடிந்து கொண்டார். ‘வச்சுக்கோங்கம்மான்னு அன்பா குடுத்துச்சு அந்தத் தம்பி’ என்றார் அந்தம்மா அப்பாவியாய். வார்த்தைகள் வரவில்லை எனக்கு. என்றாவது ஒருநாள் அந்தக் குழந்தைகள் அவர்களைத் தேடிவருவார்கள் என்கிற நம்பிக்கை துளிர்த்தது. கருணையற்ற உலகத்தின் விதிகளை அவர்கள் அதுவரை கற்றுக் கொள்ளாமல் இருக்கவேண்டும்!

3

'சத்தியமா நான் அப்படிப்பட்ட பொண்ணு இல்லைண்ணே' என போவதற்கு முன்பு அந்தப் பெண் தனியாக நின்றிருந்த என்னிடம் முணுமுணுத்துவிட்டுக் கடந்து சென்றாள். அவளைப் பேசவிடாமல் அவளுடைய அம்மா கிட்டதட்ட இழுத்துக்கொண்டு போனார். அந்தப் பெண்ணும் அவள் காதலிக்கிற பையனும் 'எங்களுக்கு கல்யாணம் பண்ணி வைத்துவிடுங்கள்' என்று சொல்லிதான் வந்தார்கள். பையனுக்குச் சொந்தம் என்று சொல்லிக்கொள்ள அண்ணனும் அண்ணியும் மட்டுமே இருந்தார்கள்.

சென்னையின் குடியிருப்புப் பகுதியொன்றில் இருக்கிற அந்தப் பையன் அந்தப் பெண்ணின் அம்மா வேலை பார்க்கும் அலுவலகத்தில்தான் வேலை பார்க்கிறான். அப்படி அவர்களது வீட்டிற்கு வந்துபோன சமயத்தில்தான் இந்தப் பெண்ணைப் பார்த்து காதலிக்க ஆரம்பித்திருக்கிறான். பையனின் வயதைக் கணிக்க முடியாதளவிற்கு மீறின வளர்ச்சியோடு இருந்தான். மிதமிஞ்சிய குடி அவனை அதிக வயதானவனாகவும் காட்டியதுபோல தெரிந்தது. நிலையான வேலையில் இருக்கமாட்டான். இவனுக்கு ஜாமீனுக்கு வருகிற அளவிற்குத் தகுதியுடையவன் அல்ல என்று சொல்லி விட்டுதான் அந்தப் பையனின் தரப்பு ஆரம்பத்திலேயே ஒதுங்கிக் கொண்டது. ஆனாலும் அந்தப் பையன்தான் வேண்டும் என்பதில் அந்தப் பெண் உறுதியாக இருந்த மாதிரி தெரிந்தது. ஆனால் கூடவே இன்னொரு நிபந்தனையையும் அந்தப் பெண் விதித்தார். அந்தப் பெண் சின்னப் பிள்ளையாக இருந்தபோதே அவளுடைய அப்பா

மரித்துவிட்டார். பல வேலைகள் செய்து அந்தப் பெண்ணை கல்லூரி வரை படிக்க வைத்த அம்மாவின் சம்மதம் இல்லாமல் மட்டும் திருமணம் செய்துகொள்ள மாட்டேன் என்பதிலும் உறுதியாக இருந்தார். பையன் தரப்பில் எவ்வளவோ கேட்டபோதும், பேசுவதற்கு வரவே மாட்டேன் என்பதில் உறுதியாக இருந்தார்கள். 'பாழுங் கிணத்தில ஒரு பொண்ணு விழறதுக்கு சாட்சியா வரமுடியாது' என ஒரு வார்த்தையில் முடித்துவிட்டார்கள்.

அந்தப் பெண்ணின் அம்மா அலறியடித்துக்கொண்டு ஓடிவந்தார். வந்ததில் இருந்தே அந்தம்மா அந்தப் பையன் மீது வெறுப்பின் கங்குகளைக் கொட்டிக்கொண்டே இருந்தார். அவனது நடத்தை சரியில்லை என்பதைத் திரும்பத் திரும்பச் சொல்லிக் கொண்டிருந்தார். அந்தம்மாவிற்கும் அந்தப் பையனுக்கும் கடுமையான வாக்குவாதம் மூண்டது. ஆரம்பத்தில் அமைதியாக இருந்த பையன் நேரம் செல்லச் செல்ல அந்தம்மாவின் மீதும் குற்றச்சாட்டுகளை அடுக்கினான். அந்தம்மா பல பேரிடம் சோரம் போய்விட்டதாக குற்றச்சாட்டுகளை அவன் சொல்ல ஆரம்பித்தபோது, அதுவரை அவனோடு ஒட்டிக் கொண்டு உட்கார்ந்திருந்த அந்தப் பெண் மெல்லமாய் தள்ளி அமர்ந்தார். இருவருக்கும் விலகல் துவங்கிவிட்டது என்பதை இதைப் பார்த்தபோதே தெரிந்துவிட்டது.

அதுவரை பையனை நோக்கி மட்டுமே பேசிக் கொண்டிருந்த அம்மா தன்னுடைய மகளை நோக்கிப் பேச ஆரம்பித்தார். அந்தப் பையன் குறித்த கெட்டவிதமான கதைகளை அந்தப் பெண்ணிடம் சொல்லி விட்டு, 'அவனை திருமணம் செய்துகொண்டால் நீ நாசமாய் போய் விடுவாய்' என்றார். இதைக் கேட்ட அந்தப் பையன், எழுந்து போய் அந்தம்மாவின் தலைமுடியைப் பிடித்து இழுத்து கன்னத்தில் அறைந்துவிட்டான். இதைப் பார்த்ததும் கொதித்து எழுந்துவிட்டார் அந்தப் பெண். என் அம்மாவைப் பார்த்து இப்படிப் பேசியவனோடு இனி வாழவே மாட்டேன் என்று சொன்னதோடு அந்தப் பெண் நிறுத்திக் கொண்டிருந்திருக்கலாம்.

அந்தப் பையன் குறித்த புகார்களை அந்தப் பெண்ணும் வாசிக்க ஆரம்பித்தார். அந்தப் பெண்ணின் தோழிகளோடு முன்பு அவனுக்கு இருந்த பழக்க வழக்கங்கள் குறித்தெல்லாம் படபடவென்று ஒப்பித்தார். அதுவரை அமைதியாக இருந்த பையன் அந்தப் பெண்ணின் முகத்தைப் பார்த்து கூர்மையான அந்த வார்த்தையைச் சொன்னான். 'இவ மட்டும் யோக்கியமா... அவ தொடையில ஒரு மச்சம் இருக்கா இல்லையான்னு சொல்லச் சொல்லுங்க' என்றான். இதைக் கேட்டதும் விக்கித்துப் போன அந்தப் பெண் குறுகுறுவென்று

அவனையே பார்த்தார். இல்லையென்பதுபோல ஏதோ சொல்ல வாயெடுத்தவர் பின்னர் அமைதியாகிவிட்டார். அதற்கடுத்து ஏதோ யோசனையில் அமர்ந்துவிட்டார் அந்தப் பெண். அதற்கடுத்து யாருக்கோ நடந்த கதை இது என்பதைப்போல ஒட்டுமொத்த சண்டைகளையும் கவனித்துக் கொண்டிருந்தார்.

அதற்கடுத்து அந்தம்மாதான் அதிகமும் பேசியது. அவன் என் பெண் பக்கமே வரக்கூடாது என்று சத்தியம் செய்யச் சொல்லுங்கள் என்றார். அவன் பக்கம் நீ போகக்கூடாது என தன் பெண்ணிடமும் வலுக்கட்டாயமாக சத்தியம் வாங்கிக்கொண்டார். ஏதோ ஒரு யோசனையில் அந்தப் பெண்ணும் அம்மாவின் தலையில் அடித்துச் சத்தியமும் செய்தார்.

அந்தப் பெண்ணின் குணநலன்கள் குறித்து அந்தம்மா விளக்க ஆரம்பித்தார். சின்ன வயதில் இருந்தே பொய்யே சொல்ல மாட்டாராம் அந்தப் பெண். யாரிடமும் எதையும் போய் வாங்கிச் சாப்பிடக்கூட மாட்டாராம். 'சோறு இருக்கிறதோ இல்லையோ அவளுக்கு கௌரவம் முக்கியம்' என்றார். 'நைட்டிக்குகூட துப்பட்டா போடாமல் வீட்டு வாசலை விட்டு வெளியே இறங்கக்கூட மாட்டாள். இவன் வாயில வர்றதெல்லாம் பொய்யி. இவனைப் பத்தி அவளுக்கு தெரியாம போயிருச்சு. இவன்கூட ஒருநாள் கூட அவள் வாழமாட்டாள்' என விடாமல் சொல்லிக்கொண்டே இருந்தார் அந்தப் பெண்ணின் அம்மா. அதையெல்லாம் யாருக்கோ சொல் வதைப்போல அப்போதும் அந்தப் பெண் கேட்டுக் கொண்டிருந்தார். ஒன்றாகக் கிளம்பிப் போகும்போது, அம்மாவிடம் இருந்தும் அந்தப் பெண் விலகி நடந்ததுபோல தெரிந்தது. கவனித்துப் பார்த்தேன். அந்தப் பெண் அந்தம்மாவிடம் நீண்ட நேரமாக ஒரு வார்த்தைகூட பேசவில்லை.

பெண்ணைத் திரும்ப அழைத்துக்கொண்டு சந்தோஷமாகக் கிளம்பிப் போனார் அந்த அம்மா. முதன்முதலாக பள்ளிக்கு இந்தப் பெண்ணை அப்படிதான் அந்தம்மா அழைத்துச் சென்றிருப்பார் என்று தோன்றியது. அப்படிப் போகும்போதுதான் ஆரம்பத்தில் சொன்ன வார்த்தையை என்னிடம் முனகியபடி சொல்லிச் சென்றார் அந்தப் பெண். அந்தப் பையன் பிரிவு குறித்த எந்தக் கவலையுமில்லாமல் கிளம்பிப் போனான். ஏதோ ஒரு உறுத்தல் மட்டும் எனக்குள் இருந்தபடியே இருந்தது.

ஒருதடவை தற்செயலாக பிராட்வே சந்திப்பில் உள்ள டாஸ்மாக் ஒன்றில் வைத்து அந்தப் பையனைப் பார்த்தேன். அந்தப் போதையிலும்கூட என்னை கொஞ்சம் ஞாபகத்தில் வைத்திருந்தான்.

அந்தப் பெண் இப்போது எப்படியிருக்கிறார் என்றேன் அவனிடம். 'அந்தப் புள்ள உங்கள பாத்திட்டு வந்த அடுத்த வாரத்தில தீக்குளிச்சி செத்துடுச்சு சார்' என்றதும் எனக்குப் பகீரென்றது. அவனுக்கு இன்னொரு பாட்டிலை வாங்கிக் கொடுத்துவிட்டுப் பேச்சுக் கொடுத்தேன்.

'நீ போகிற மாதிரி முன்னால் போ, பின்னாடியே நான் வருகிறேன் என்று சொல்லி அனுப்பி வைத்ததே அந்தம்மாதான்' என்றான் அவன். ஈரத்திற்கு ஒதுங்கிய பூனை மழை ஓய்ந்த பிறகு மெல்ல தலையை நீட்டி வெளியே பார்த்தது. குழந்தைமையை மீறி அதன் பற்களில் கோரம் எட்டிப் பார்க்கத் துடித்தது. மேசையில் இருந்த இறைச்சியை எடுத்துக் கடித்துக்கொண்டே சொல்ல ஆரம்பித்தான் அந்தப் பையன். அந்தம்மாவிற்கும் அந்தப் பையனுக்கும்தான் முதலில் பழக்கம் ஏற்பட்டிருக்கிறது. அந்தம்மாவை அலுவலகத்திற்குக் கொண்டுபோய் விடுவதில் துவங்கி திரும்பி அழைத்து வருவது வரை எல்லா வேலைகளையும் செய்து தந்திருக்கிறான். ஒருகட்டத்தில் அவனோடு வாழத் துவங்கிவிட்டார். அவன் இல்லாமல் வாழவே முடியாது என்கிற நிலைக்கும் நகர்ந்தும் விட்டார்.

இந்தச் சூழலில்தான் அந்தம்மாவிற்குத் தெரியாமல் அந்தப் பெண்ணை அந்தப் பையன் காதலிக்க ஆரம்பித்திருக்கிறான். அந்தம்மாவை விட்டு விலகவும் ஆரம்பித்திருக்கிறான். இதை மோப்பம் பிடித்துவிட்ட பெண்ணின் அம்மா பையனோடு சண்டையிட்டு அவனது மனதை மாற்றிவிட்டார். அதெப்படி திடீரென்று மாறினாய் என்றேன். 'அது செத்துப் போயிடுவேன்னு மிரட்டுச்சு. கேட்டப் பல்லாம் காசு கொடுக்கும். அப்பறம் செக்ஸ் விஷயத்தில் அது கில்லிண்ணே. வாய்லயே நாசூக்கா வடை சுடும்ணே' என்றான் அந்தப் பையன் வாயைப் பிளந்து சிரித்தபடி. பெண்ணை என்ன செய்வது? இருவரையும் பிரிப்பதற்கு அந்த அம்மா போட்ட நாடகம்தான் அது. பையனும் அந்த நாடகத்திற்கு ஒத்துக்கொண்டு விட்டான். தேர்ந்த நடிகர்களைக் காட்டிலும் நேர்த்தியாக ஒரு நம்பிக்கையை வீழ்த்த நாடகம் போட்டார்கள் அவர்கள். நடிகர்களுக்கு நிகராக நிதர்சன மனிதர்களும் முகமூடிகளைக் கழற்றி மாட்டுவதில் விற்பன்னர்கள்தான் என்பது எனக்கு உறைத்தது.

எப்படிப் பிரிப்பது? சிறுவயதிலிருந்தே அந்தப் பெண் சுடுசொல் தாங்காது என்று அந்தம்மாதான் அவனிடம் சொல்லியிருக்கிறார். பெண்ணின் மத்தியில் நல்லவிதமாக நாடகம் ஆடிப் பிரித்துவிட்டு பின்னர் தனியாக அந்தப் பெண்ணிற்குத் தெரியாமல் வாழ்ந்து கொள்வதாகத் திட்டம். அவ்வப்போது செலவிற்கு கைநிறைய அந்தம்மா காசு தருவதன் பொருட்டு அந்தப் பையனும் இழுத்த

இழுப்பிற்கெல்லாம் ஒத்துக் கொண்டான். இவருக்கும் அவன் இல்லறத் தேவைக்குத் தேவைப்பட்டான். சமரசம் செய்து கொண்டார்கள்.

ஆனால் அந்தப் பெண்ணைப் பொறுத்தவரை அந்தப் பையனைத் தீவிரமாகக் காதலித்திருக்கிறார். ஆத்மார்த்தமாக அவனோடு இருக்கவும் செய்திருக்கிறார். இந்தப் பையனுக்கு இரண்டு பேருடனும் இப்படித் தனித் தனியாக வாழ்ந்துவிடலாம் என்கிற திட்டமும் இருந்திருக்கிறது. ஆனால் அந்தம்மா இதற்கு ஒத்துக் கொள்ளவில்லை. வாழ்ந்தால் என்னுடன் மட்டும்தான் என்பதில் உறுதியாக இருந்துவிட்டது. இன்னொரு வகையில் இவனிடம் இருந்து அவரது பெண்ணைக் காப்பாற்றிவிடலாம் என்றுகூட யோசித்திருக்கலாம். அவன் இந்தக் கதையை எந்தக் குற்றவுணர்வும் இல்லாமல் வர்ணித்த விதத்தை யோசிக்கையில் வியப்பாக இருந்தது. உண்மையில் அந்தப் பெண்ணை அவன் காதலிக்கவே இல்லை என்றும் தோன்றியது.

'பக்கத்தில்தான் வீடு இருக்கிறது, வருகிறீர்களா?' என்றான். ஏதோ ஒரு குறுகுறுப்பில் நானும் வருவதாகச் சொல்லிவிட்டு அவனோடு சேர்ந்து கடையிலிருந்து வெளியேறினேன். 'யாரிடமும் இந்தக் கதையைச் சொல்லிவிடாதீர்கள்' என்றான். நான் அதுவரை இப்போது அவனுக்கும் அந்தம்மாவிற்குமான வாழ்க்கை எப்படிப் போகிறது என்கிற கதையைக் கேட்கவில்லை. அந்தக் குடியிருப்பின் நான்காவது மாடிக்கு தள்ளாடி ஏறிச் சென்றபடி என்னையும் வழிநடத்தினான்.

வீட்டிற்குள் இருந்த அந்த அம்மாவிற்கு என்னை அடையாளம் தெரியவில்லை. ஆனால் எனக்கு நன்றாக பார்த்தவுடன் அடையாளம் தெரிந்துவிட்டது. பூசி மெழுகி இருந்தார். சேலையைச் சுற்றி வயிற்றை மறைத்தார். கர்ப்பமாக இருப்பதுபோல தெரிந்தது. கொஞ்ச நேரம் கடந்த பின்னரும்கூட என்னைச் சுத்தமாக அந்தம்மாவிற்கு அடையாளம் தெரியவில்லை. என்னை அவனுடைய அலுவலகத்தில் வேலை பார்க்கும் உயரதிகாரி என அறிமுகம் செய்து வைத்தான். கீழே போய் வண்டியை நன்றாக பார்க் செய்துவிட்டு வருகிறேன் என்று சொல்லிவிட்டு அந்தப் பையன் இறங்கிப் போனான்.

என்னை அமரச் சொல்லிவிட்டு இடுப்பைப் பிடித்துக்கொண்டு எழுந்துபோய் டீ போட்டுக் கொண்டுவந்து கொடுத்தார். நான் சுற்றிலும் நோட்டம் விட்டேன். சுவரில் அந்தப் பெண்ணின் புகைப்படம் தொங்கிக் கொண்டிருந்தது. வந்தமர்ந்த அந்தம்மாவிடம் அதைச் சுட்டிக் காட்டி யாரது என்றேன். என் பொண்ணு அவ என்றவரிடம், என்ன ஆச்சு என்று தெரியாத மாதிரி கேட்டேன். அந்தம்மா சொல்ல

ஆரம்பித்தது. 'ஒரு பையன லவ் பண்ணியிருக்கா. அவன் கூட ஊரெல்லாம் சேர்ந்து சுத்திருக்கா. கூட படுக்கவும் செஞ்சுட்டாபோல. அந்தப் பையன் சரியில்லாதவன். அவங்க குடும்பத்தோட பேச்சு வார்த்தைக்கு வந்தப்ப நான் அந்தப் பையன் சரியில்லாதவன்னு சொல்லவும், அவங்க சும்மா இருக்காமல் உங்க பொண்ணு யோக்கியமான்னு கேட்டுட்டு அந்தக் கதையைச் சொன்னாங்க. போன பிறகு ஏண்டி உனக்காகத்தாண்டி வாழ்ந்தேன்னு கோபத்தில போட்டு அடிச்சிட்டேன். நான் இல்லாத நேரமா பாத்து கிருஷ்ணாயில ஊத்திக்கிட்டா' என்றார் சலனமேயில்லாமல்.

'இந்தப் பையனை உங்களுக்கு எப்படித் தெரியும்?' என்றேன். 'ஆம்பளை துணையில்லாம எப்படி இருக்கறதுன்னு நான்தான் சேத்துக்கிட்டேன். நல்ல பையன். ஆபிஸ்ல பாத்திருப்பீங்கல்ல' என்றார் பாந்தமாக. அதற்கு மேல் இருக்கப் பிடிக்காமல் கீழே இறங்கி வந்தபோது எதிரில் வந்த அந்தப் பையனை நிறுத்தி, 'ஒரே ஒரு விஷயத்தை மட்டும் என்னிடம் சொல்லி விடு' என்றேன். 'அந்தப் பெண்ணின் தொடையில் இருக்கிற மச்சத்தை நீ பார்த்திருக்கிறாயா?' என்றேன். இந்தக் கேள்வியைக் கேட்டதும் அவன் திடுக்கிட்டு விட்டான். கொஞ்ச நேர யோசனைக்குப் பிறகு 'இல்லை. அவளுடைய அம்மாதான் இதை எனக்குச் சொன்னாள். ஒருநாள் சந்தோஷமாக இருந்தபோது என் பெண் தொடையிலும் இப்படி ஒரு ராசி மச்சம் இருக்கிறது என்று சொன்னாள்' என்றான். கொல்கிற வார்த்தைகளைக் கொண்டலைபவர்களைப் பலிவாங்கும் ஆவிகள் இருக்கவேண்டும் என்று வேண்டிக் கொண்டேன். மேலே வீட்டில் இருந்தபோது அந்தம்மா சொன்னது எனக்கு ஞாபகத்திற்கு வந்தது. 'என் பொண்ணே திரும்பி வந்து என் வயித்தில பொறப்பான்னு தோணுது.'

4

'என் அம்மா, அப்பா, அண்ணன்களிடம் இருந்து என்னைக் காப்பாற்றுங்கள்' என்று சொல்லி வந்து கண்களை இடுக்கிக்கொண்டு அழுதவரைப் பார்த்தபோது, உடனடியாக வந்து விழுந்த வார்த்தைகள் இவை... இந்த உலகத்தில் கருணையே இல்லையா? விழித்திறன் குறைபாடுடையவர் என்றெல்லாம் சொல்ல முடியாதளவிற்கு சின்ன வயதிலேயே முழுப் பார்வையும் இழந்தவர் அவர். அந்த எளிய மனிதனைப் போட்டு எல்லோரும் ஏன் உதைக்கிறார்கள் என்பதை நினைக்கையில் ஆழ்ந்த அவநம்பிக்கை சூழ்ந்தது. பிறகு எந்த நூலைப் பிடித்துதான் வாழ்வது? அவரது உடலெங்கும் இளங் காயங்கள் இருந்தன. அத்தனையும் அடித்ததால் வந்ததா என்று கேட்டபோது, இல்லையென்றார். 'இதில் பாதி காயங்கள் அடித்ததால் வந்தவை. மீதியிருப்பவை சென்னை எனக்குப் புதிது என்பதால் நடக்கத் தெரியவில்லை. இரண்டு மூன்று இடங்களில் விழுந்துவிட்டேன்' என்றார். துணைக்கு யாரையாவது அழைத்துக்கொண்டு வரலாமே? 'அருப்புக்கோட்டையில் நண்பன் ஒருத்தன் பஸ் ஏற்றிவிட்டான். என் ஊரில் அவனைத் தவிர எல்லோரும் என் குடும்பத்திற்கு வேண்டப்பட்டவர்கள். போய்ச் சொல்லிவிடுவார்கள் என்பதால் யாரிடமும் உதவி கேட்க மனம் வரவில்லை' என்றார்.

அவருடைய நண்பரை அழைத்து விவரம் கேட்டபோது, அவரும் அவருக்கு நடந்ததை உறுதிப்படுத்தினார். என்ன காரணம்? சின்ன வயதிலேயே பார்வையை இழந்த அவரை ஒரு நான்காம் பாலினத்தை நடத்துவதைப்போலதான் நடத்தியிருக்கிறார்கள். அநாதை என்று

சொல்லி ஒரு ஆஸ்ரமத்தில் கொண்டுபோய்ச் சேர்த்திருக்கிறார்கள். அங்கேயே படித்து அவர் டீச்சர் ட்ரெயினிங்கும் முடித்துவிட்டார். அரசு வேலை கிடைத்துவிடும் என்று யாரோ சொன்னதைக் கேட்டு அவரைத் திரும்பவும் அழைத்துக்கொண்டு போயிருக்கின்றனர்.

'சின்ன வயதில் எல்லோருக்கும் சோற்றைப் போடுவார்கள். நான் மெதுவாக என் தம்பியின் தட்டைத் தடவிப் பார்ப்பேன். அவன் சின்னப் பையன் என்பதால் ஒன்றும் சொல்ல மாட்டான். அதில் முட்டை இருக்கும். என் தட்டில் இருக்காது' என்று அவர் சொன்னதை உண்மையென்று எடுத்துக்கொள்ள மனம் ஒப்பவில்லை. இது ஒரு உதாரணம்தான். ஆனால் இது போன்று அவர் விவரித்தவைகள் எல்லாமும் கண்ணைக் குளமாக்குகிற ரகத்துக் கதைகள். இப்படியும் மனிதர்கள் இருப்பார்களா? 'என் ஆச்சி ஒருத்தி, இந்தக் குருட்டுப் பையனை ஒழித்துக் கட்டினால்தான் வீடு விளங்கும் என்று சொல்லிக் கொண்டே கம்பைக் கொண்டு அடிப்பாள்' என்றார். வாழ்ந்து முற்றிய பெரிய ஜீவன்கள்தான் எப்போதும் இயலாதவற்றை அணைத்துக் கொள்ளும். இவர் கதையில் எல்லாமும் நேர் எதிராக இருந்தது. பிறகு எப்படி வீட்டிற்குத் திரும்பி வந்தீர்கள் என்றேன்.

டீச்சர் ட்ரெயினிங் முடிக்கிற கட்டத்தில் குடும்பத்தோடு கிளம்பி வந்து ஹாஸ்டலில் சேர்த்தது தப்புதான் என்று சொல்லியிருக் கிறார்கள். அப்பா சாகக் கிடக்கிறார் என்று சொல்லி அழைத்ததால் போனேன் என்றார். அரசு ஒதுக்கீட்டில் பக்கத்து கிராமத்திலேயே வேலையும் கிடைத்துவிட்டது. ஆனால் பழைய மாதிரி கொடுமைகள் எதுவும் செய்யவில்லை. ஆசிரியப் பணிக்கு தமிழ்நாடு அரசாங்கம் கைநிறையச் சம்பளம் கொடுக்கும்போது கொடுமைகள் செய்ய மனம் வருமா? அவருடைய குடும்பத்தை அழைத்துக் கேட்டபோது இன்னொரு கதையைச் சொன்னார்கள். ஹாஸ்டலில் சேர்த்தது உண்மைதான் என்பதை ஒத்துக் கொண்டவர்கள், அவனுக்கு இப்போது வேண்டாத பெண் சிநேகிதங்கள் வந்துவிட்டதாகக் குற்றம் சாட்டிவிட்டு நேரில் வருகிறோம் என்று கிளம்பி வந்தார்கள். உங்கள் பள்ளியில் யாரிடமாவது உதவி கேட்டிருக்கலாமே என்றதற்கு, 'ஹெட்மாஸ்டர் அம்மா நான்லாம் ரெம்ப வெவரமானவன்னு நினைச்சுக்கிட்டு இருக்காங்க. வாத்தியார் வேலை பாத்துட்டு சின்னப் பையன் மாதிரி அங்கெல்லாம் சொல்லிக்கிட்டு இருந்தா மதிப்பில்லைங்க. சுத்துப்பட்டு ஊர்ல எல்லோரும் சொந்தக்காரங்க. எல்லோரும் கட்சியில இருக்கிற எங்க அண்ணனுங்களுக்குதான் சப்போர்ட்' என்று அவர் சொன்னதும் நியாயமாகதான் இருந்தது.

அவர் சொன்ன மாதிரி எந்தக் கொடுமையும் இழைக்கவில்லை. எல்லாம் அவனுடைய கற்பனை என்று சொன்னது அவருடைய

குடும்பம். 'நாலு பிள்ளைகள் இருந்தார்கள். வறுமையை வைத்துக் கொண்டு நாங்களும் என்ன செய்வோம்? மற்றவர்களைவிட இவனைதான் ஹாஸ்டலில் சேர்க்க வாய்ப்பு கிடைத்தது. மற்றவர்களை எட்டாம் வகுப்புக்கு மீறிப் படிக்கவே வைக்கவில்லை என்பதையும் பாருங்கள்' என்றனர் அவரது குடும்பத்தினர்.

எல்லோரும் ஏற்றுக் கொள்ளும்படியான பதிலைத் தந்த திருப்தி அவர்களுக்கு. அவரைத் தவிர அவரது குடும்பத்தில் யாரும் படிக்கவில்லை என்பதும் அப்போதுதான் உறைத்தது. இவர் கொஞ்சம் அதிகப்படியாகவே சொல்கிறாரோ என்றும் தோன்றத் துவங்கியது. வந்தவுடனேயே அவருடைய அண்ணன், 'உனக்கு கிளம்பி வருகிற அளவிற்கு திமிர் வந்துவிட்டதா?' என்று கேட்டு எல்லோர் கண் முன்னாலும் அடிக்கப் பாய்ந்தார். அவரது வெள்ளைச் சட்டைப் பையில் உள்ள புகைப்படத்தில் அன்பைப் போதிக்கிற மாதிரி பாந்தமாகச் சிரித்தார் அந்தக் கட்சித் தலைவர். உங்களது தலைவரிடம் சொல்லி நடவடிக்கை எடுப்போம் என்று சொன்னதால் கொஞ்சம் அடங்கினார்கள்.

ஊரில் சொந்தக்காரப் பெண்ணொருத்தியைப் பார்த்திருப்பதாகவும் அவளைத் திருமணம் செய்ய மறுக்கிறான் என்றும் சொன்னார்கள். குடும்பத்துக் கடமையை அடைக்காமல் அவன் தினவெடுத்து அலையத் துடிக்கிறான் என்று சொன்னவர்களிடம் அவர், 'நான் எதற்கு குடும்பத்து கடமையை அடைக்க வேண்டும்?' என்றார். 'பன்னெண்டு வயசு வரைக்கும் உக்காந்து தின்ன கணக்கை யார் தீர்ப்பார்கள்?' என்றார் அவருடைய அம்மா. இதைச் சொல்லி முடித்த பிறகு அவரது கண்களைப் பார்த்தேன். துளிகூட அதில் பாசம் தெரியவில்லை எனக்கு. எனது கற்பனையாகக்கூட அது இருக்கலாம். சோற்றைப் போட்டுவிட்டு அதைச் சொல்லிக் காட்டுபவர்கள் எல்லா தட்டிலும் இருக்கதான் செய்கிறார்கள். எதற்காக அந்தப் பெண்ணை வேண்டாம் என்று சொல்கிறான் என்று நீங்களே கேட்டுச் சொல்லுங்கள் என்றார்கள். 'யாரோ வேண்டாத பொம்பளை சிநேகம் இருக்கும் போலருக்கு. சம்பளப் பணத்தையெல்லாம் சரிவர கணக்கே காட்டுறதில்ல. அக்கவுண்ட்ல பாதிக் காசக் காணோம். கார்ட புடுங்கி வச்சாலும் காசு காணாமப் போயிருது' என்றார்கள்.

எல்லோரும் சேர்ந்து தோண்டித் துருவி விசாரித்த பிறகு அவர் உண்மையைச் சொல்ல ஆரம்பித்தார். 'ஃபோன் மூலமாக ஒரு பெண்ணைக் காதலிக்கிறேன்' என்று சொன்னார். 'நீங்கள் இப்படி என்பது அந்தப் பெண்ணிற்கு நன்றாகத் தெரியுமா?' என்றபோது, தெரியும் என்று சொல்லி, பதிவு செய்யப்பட்ட ஆடியோ

பதிவுகளைக் காண்பித்தார். அதில் அந்தப் பெண் உருகியிருந்தார். 'மழை பெய்யும்போது குடை பிடித்துக்கொண்டு கடற்கரையில் உன்னை வழிநடத்திப் போவேன்' என்றெல்லாம் சொல்லியிருந்தார். 'அந்திமழை பொழிகிறது, ஒவ்வொரு துளியிலும்...' என பாடி 'கமலஹாசன் மாதிரி நீ' என்று சொல்லியிருந்தார் ஒரு பதிவில். 'நமக்கு பிறக்கப் போகும் குழந்தை உனக்கு பதிலாக இந்த பூமியை பரிபூரணமாகத் தரிசிக்கும்' என்று கவிதையாய்ச் சொல்லியிருந்தார். சில ஆடியோ ஃபைல்களில் காமத்தை அள்ளித் தெளித்திருந்தார் அவருக்கு. சில உரையாடல்கள் முழுவதும் முத்தச் சத்தங்களாக இருந்தன. அவர் அந்தப் பெண்ணிடம் முற்றிலும் மூழ்கிப் போய் விட்டார் என்பது தெரிந்தது.

'எல்லா விஷயங்களும் தெரிந்த பெண்தானே... உங்களுக்கு இதில் என்ன பிரச்சினை? எல்லோரும் சேர்ந்து திருமணம் முடித்து விடலாமே?' என்று கேட்டதற்கு எல்லோரும் சேர்ந்து மறுத்து விட்டார்கள். 'எங்கள் சாதியில் வெளியில் இருந்து திருமணம் செய்தால் ஒத்துக்கொள்ளவே மாட்டார்கள்' என்றார்கள். சாதி என்று சொல்வதெல்லாம் ஒருகாரணம்தான் என்று பட்டது. பையனின் சம்பளம் கையைவிட்டு வெளியே போய்விடக் கூடாது என்று நினைக்கிறார்கள் என்பது வெளிப்படையாகவே புரிந்தது. 'அந்தப் பெண் உங்களுக்கு எப்படிப் பழக்கம்?' என்றபோது அவர் சொன்ன தெல்லாம் பொய் என எல்லோருக்கும் அப்பட்டமாகத் தெரிந்தது.

ஏதோ ராங்காலில் பழக்கமானவர் அவர் என்பது கடைசியில்தான் தெரியவந்தது. 'ராங் காலாக இருந்தால் என்ன? முறையான பாதையில் போனால் பிரச்சினையில்லைதானே? இதுவரை எவ்வளவு பணம் கொடுத்திருக்கிறீர்கள்?' என்ற கேள்வியைக் கேட்டு முடிப்பதற்கு முன்பு அவருடைய அண்ணன், 'ஒரு லட்சத்து எண்பதாயிரம் ரூபாய்' என முந்திக்கொண்டு சொன்னார். பதிலுக்கு இவர் நாங்களெல்லாம் இருக்கிறோம் என்கிற தைரியத்தில், 'எம் பொண்டாட்டிக்கு கொடுத்திருக்கேன், உனக்கென்ன?' என்றதும் மறுபடியும் அடிக்க வந்தார்கள்.

'தப்போ, சரியோ அது அவருடைய வாழ்க்கை. அவர் மீது இனி கை வைத்தால் எல்லோரும் சேர்ந்து உங்கள் மீது புகார் அளிப்போம்' என்றதும் குடும்பத்தோடு கிட்டதட்ட மண்ணை வாரித் தூற்றிவிட்டுக் கிளம்பிப் போனார்கள். 'செத்தாலும் எங்க மூஞ்சில முழிக்க வந்துராத' என அவருடைய அம்மா சொல்லிவிட்டுச் சென்றபோது 'அவிய்ங்க சொன்னா செஞ்சிருவாங்க' என சொல்லி இவர் குலுங்கிக் குலுங்கி அழுதபடி, அம்மா அம்மா என கைகளை விரித்து வானத்தை

நோக்கி ஆட்டினார். என்ன நினைத்ததோ அந்தம்மா திரும்பி வந்து, 'புத்தி கெட்டுருச்சா உனக்கு, வா, எங்ககூடயே வந்துரு' என்றார். இவர் போக மறுத்துவிட்டதும் அந்தம்மாவிற்கு மீண்டும் கோபம் வந்துவிட்டது. 'குருடனுக்கு வாழ்க்கை வந்தா அவன் குடைபிடிக்கத்தான் செய்வான்' என்றார். அற்பன் என அவரை வர்ணித்துவிட்டு எல்லோரும் கிளம்பிப் போனார்கள்.

அந்தப் பெண் கோவையில் இருப்பதாகவும் தன்னைப் பேருந்து ஏற்றிவிட்டால் அந்தப் பெண் பேருந்து நிறுத்தத்தில் வந்து அழைத்துச் சென்றுவிடுவார் என்றும் சொன்னார். எல்லோரும் சேர்ந்து அவரைப் பேருந்தில் ஏற்றி அனுப்பி வைத்தோம். இரண்டு நாட்களில் அவர் சுவரில் அடித்த பந்து மாதிரி திரும்பி வந்தார். வந்தமர்ந்தவர் பேசக்கூட இயலாமல் அடிவயிற்றில் இருந்து குரலெடுத்து அழுதார். இயற்கை சதி செய்த உடலமைப்பைக் கொண்டவர்கள் அழும்போது மிருகத்தின் ஓலத்தைப்போல கேவல் கேட்பது இயற்கையானதுதானா? என்ன நடந்தது? கோவை பேருந்து நிலையத்தில் காலையிலிருந்து மாலை வரை நின்றிருக்கிறார். அந்தப் பெண் வரவில்லை. என்ன ஆனது என்றும் தெரியவில்லை. அவருடைய எண் அணைத்து வைக்கப்பட்டிருக்கிறது என்றார். அவரை அமர வைத்துவிட்டு, அவருடைய தொலைபேசியை வாங்கிப் பரிசோதித்துப் பார்த்ததில் குறுஞ்செய்தி ஒன்றில் அந்தப் பெண்ணின் வங்கிக் கணக்கு விவரம் கிடைத்தது. அதை வைத்து அந்தப் பெண்ணின் பெயரையும் முகவரியையும் தொடர்புகளைப் பயன்படுத்தி எடுத்தோம். அதிர்ஷ்டவசமாக அந்தப் பெண்ணின் மற்றொரு தொலைபேசி எண்ணும் கிடைத்தது.

அந்தத் தொலைபேசி எண்ணில் பேசி, அந்தப் பெண்ணிற்கு பரிசு விழுந்திருப்பதாகச் சொல்ல வைத்தோம். அடித்துப் பிடித்து பரிசைப் பெறுவதற்காக ஓடிவந்தார். இவரை மறைவாக அமரவைத்துவிட்டு அந்தப் பெண்ணிடம் விவரங்களைச் சேகரிக்க ஆரம்பித்தோம். 'உங்களுக்குத் திருமணம் ஆகிவிட்டதா?' 'ஆமாம், இரண்டு குழந்தைகள் இருக்கிறார்கள்' என அவர் பதில் சொன்னதைக் கேட்டதும் இவர் அழுதபடி வெளியே ஓடிவந்தார். இவரை யாரென்றே அந்தப் பெண்ணிற்கு அடையாளம் தெரியவில்லை. 'நீங்கள் லட்சக்கணக்கில் பணம் பெற்றது இவரிடம்தான்' என்ற போது, இல்லவே இல்லை என மறுத்தார் அந்தப் பெண். வங்கிப் பரிமாற்ற விவரங்களைக் காட்டியதும் வாங்கியதை ஒத்துக் கொண்டார். அவரும் உடனடியாக அந்தத் தொகையைத் தருகிற அளவிற்கு வசதியில்லாத பெண்தான். அவரது குழந்தைகள், கணவரோடு படும் கஷ்டங்களைப் பட்டியலிட்டார். ஏமாற்றிப்

பிழைப்பதற்கு ஆயிரம் நியாயங்கள் சொல்லலாம் என்றாலும் அவர் சொன்னதும் உருக்கமாகவே இருந்தது.

'லோன் போட்டாவது தந்துவிடுகிறேன். என் கணவரிடம் சொல்லி விடாதீர்கள்' என்று சொல்லி அவரும் அழுதார். கடைசியில் அந்தக் கேள்வியைக் கேட்டேன். இவர் இப்படி என்பதைத் தெரிந்தேதான் ஏமாற்றினீர்களா என்றதற்கு, 'ஆமாம். குருட்டு ஆளு எங்க வந்து தேடிக் கண்டுபிடிக்கப் போறாரு என நினைத்தேன்' என்றார் தலையைக் குனிந்துகொண்டு. என்ன செய்யலாம் என்கிற குழப்பம் வந்துவிட்டது எல்லோருக்கும். பேசிக் கொண்டிருந்தபோது தட்டுத் தடுமாறி நடந்து போன அவர் அந்தப் பெண்ணின் கைகளைப் பிடித்துக்கொண்டு அன்பாய்த் தடவிக் கொடுத்தபடி, 'உங்களுக்கு சமமான ஆட்களை ஏமாத்திருக்கலாம்ல. உலகமே குருடன்னு தெரிஞ்சபிறகும் விரட்டினா நான் எங்கதான் போவேன்?' என்று கேட்டபோது அந்தப் பெண் உட்பட எல்லோருமே உடைந்து போனோம். கைகளை அவர் பிடித்தபோது அந்தப்பெண் மறுக்காமல் அமர்ந்திருந்தது ஆச்சரியத்தைத் தந்தது. தட்டுத் தடுமாறி எழுந்து நின்ற அவர் சொன்னதுதான் எப்போதும் என் நினைவில் நிற்கிறது. 'இது வரை என் வாழ்நாளில் எந்தப் பெண்ணையும் தொட்டுக்கூட பார்த்ததில்லை. இப்போது உன் அருகில் உட்கார்ந்து தொட்டுப் பார்த்ததற்கு கட்டணமாக அதை வைத்துக் கொள்.' இன்னும் கிடைக்கப் போகும் சிராய்ப்புகளை எதிர்நோக்கி அவர் கிளம்பி விட்டார் என்று தோன்றியது. அந்தப் பெண்ணின் கண்களைப் பார்த்தேன். அதில் தெரிந்த உணர்வை விளக்குவதற்கு என்னிடம் வார்த்தைகள் ஏதுமில்லை. அந்த அறைக்கு வெளியில் மொழி தெரியாத இயலாமையில் குரலெழுப்பும் விலங்கொன்றின் ஓங்காரம் ஒலிக்கக் கேட்டேன். தன்னைவிட பலம்கொண்ட விலங்குகளோடு போட்டியிட்டுத் தோற்ற கையறு நிலையில் எழும்பிய கேவல் அது. மனிதர்களிடம் இதுவரை கேட்டேயிராத சத்தமாக அது இருக்கவும் செய்தது.

5

நாற்பது வயதான அந்தப் பெண்ணை அழைத்து வந்திருந்தார் நாற்பது வயது மதிக்கத்தக்க அவர். பார்ப்பதற்கு செல்வந்தர் வீட்டைச் சேர்ந்தவர் என்பது வெளிப்படையாகவே தெரிந்தது. அழைத்து வந்த பெண்ணைத் தன்னுடைய வீட்டில் வேலை பார்க்கும் பெண் என்று சொல்லி அறிமுகப்படுத்தினார். எனக்கு எதிரில் தெரிந்த கண்ணாடிக் கதவு வழியே பார்த்தேன். நாற்காலியில் தனியாக அமர்ந்து அந்தப் பெண் தனக்குத்தானே பேசிக் கொண்டிருந்தார். அவர் ஒரு நிலையில்லாமல் பதற்றமடைந்து கொண்டிருப்பது தெரிந்தது. மூன்று விரல்களிலும் மோதிரம் போட்டிருந்தார். அதை ஒவ்வொன்றாகக் கழற்றி இன்னொரு கையில் போட்டார். மறுபடி கழற்றி மற்றொரு கையில் போட்டுக் கொண்டிருந்தார். ஒரு கணித மேதை புதிர்களை முடிச்சுப் போட்டு அவிழ்த்து விளையாடுவது போல அந்தக் காட்சி இருந்தது. அந்தப் பெண்ணிற்குள்ளும் புதிர்கள் இருக்கலாம். யார் கண்டது? மோதிர விளையாட்டு முடிந்ததும் பேப்பரை எடுத்து ஏதோ முனகியபடி படிப்பதுபோல பாவனைகள் செய்தார். மறுபடி மோதிரத்தைக் கழற்றினார், மாட்டினார். வீட்டில் வேலை செய்யும் பெண் என்று அவர் சொன்னது நம்பும்படியாக இல்லை. நான் நம்பவில்லை என்பதை அவரும் உணர்ந்தே இருந்தார் என்பதை அவருடைய அலைபாயும் விழிகளில் தெரிந்துகொள்ள முடிந்தது. பொதுவாகவே கண்களைப் பற்றியே அதிகமும் விவரிக்கிறேன் என்று தோன்றலாம். மரணக் களையோ கல்யாணக் களையோ முதலில் முந்திக்கொண்டு காட்டுவது கண்கள்தான். நிர்வாணத்தை மறைக்கப் போராடுவதைக் காட்டிலும் கண்களை

மறைக்கதான் தவிக்கிறேன் நான். வந்தவரின் கண்கள் எல்லா வற்றையும் காட்டித் தந்துவிட்டன.

மேலும் அதற்குள் நான் போகவும் விரும்பவில்லை. 'கடுமையான மனச்சிதைவிற்கு அவர் ஆட்பட்டிருப்பதுபோல தெரிகிறதே...' என்றேன். 'ஆமாம், அதனால் எனக்கு ஏகப்பட்ட பிரச்சினைகள்' என்றார். என்ன நடந்தது என்று கேட்பதற்கு முன்பாகவே அவர் அந்தப் பெண்ணைப் பற்றிச் சொல்ல ஆரம்பித்தார். அந்தப் பெண்ணிற்கு பத்து வயது இருக்கும்போது, அவருடைய அப்பா சென்னைக்குப் போகும் ரயிலில் தனியாக ஏற்றி அனுப்பிவிட்டாராம். அநாதையாக ரயில் நிலையத்தில் அமர்ந்திருந்த பெண்ணை இவருடைய சொந்தக்காரர் ஒருத்தர் பார்த்துவிட்டு, வீட்டு வேலைக்குப் பயன்படுவாள் என நினைத்து அழைத்துக்கொண்டு வந்துவிட்டார் என்றார். வீட்டிலேயே குழந்தைகளோடு குழந்தையாகச் சேர்ந்து படிக்கவும் கற்றுக்கொண்டதாகச் சொன்னார்.

முப்பது வயது வரை நன்றாகதான் இருந்திருக்கிறார். 'திருமணம் செய்து வைக்கவில்லையா?' என்றேன். இல்லையென்று மறுத்து விட்டதாக அவர் சொன்னதை எப்படி எடுத்துக் கொள்வதென்று எனக்குத் தெரியவில்லை. நம் வீட்டுத் தோட்டத்தில் கனிந்த பழங்களை உரிமையாளர்கள் இன்னொருத்தருக்கு விட்டுத் தர பெரும்பாலும் விரும்புவதில்லை. கடலில்கூட கண்ணாடிப் பாறை என ஒரு மீன் கிடைக்கும். ரகசியங்கள் அடங்கிய ஆழ்கடலில் நீந்தும் அந்த அரியவகை மீனைப்போலதான் அந்தப் பெண்ணும் எனக்குத் தெரிந்தார். அந்த மீனவர்கள் அதை விற்பனைக்கு அனுப்பாமல், ருசியதிகம் என்று சொல்லி தங்களோடு எடுத்துப் போவதைப் பார்த்திருக்கிறேன். கடந்த பத்தாண்டுகளுக்கு முன்பிருந்து தன்னுடைய அம்மாவைத் தேடிக் கண்டுபிடிக்க வேண்டும் என்று சொல்லிக் கொண்டே இருப்பதாகவும், சில ஆண்டுகளாக வெறி பிடித்ததுபோல பல சந்தர்ப்பங்களில் நடந்து கொள்வதாகவும் சொன்னார். மற்றவர்களிடம் அவர் பாந்தமாக நடந்து கொள்வார் என என்னைத் தைரியப்படுத்தினார். குறிப்பாக உங்களிடம் எப்படி நடந்து கொள்வாரென கேட்க வாயெடுத்து அடக்கிக் கொண்டேன்.

இடையில் இரண்டு தடவை சொந்த ஊருக்குச் செல்கிறேன் என்று சொல்லிவிட்டுச் சென்றவர், வரும்போது மேலும் உக்கிரமாகத் திரும்பி வந்ததாகச் சொன்னார். சொந்தக்காரர்கள், குடும்பம் இவை குறித்த ஞாபகங்கள் அவருக்கு இருக்கிறதா என்று கேட்டபோது, நன்றாக நினைவில் வைத்திருப்பதாகச் சொன்னார். அந்தப் பெண்ணை உள்ளே அழைத்தேன். வந்தமர்வதற்குள், 'உங்களுடைய

பெயர் என்ன?' என்று கேட்டார். நான் பெயரைச் சொன்னேன். 'நீங்கள் லஞ்சம் வாங்குவீர்களா?' என்று கேட்டதும் நான் திடுக்கிட்டு விட்டேன். இதுவரை வாங்கியதில்லை என்றதும், 'என் அப்பாவிடம் எல்லோரும் லஞ்சம் வாங்கிக்கொண்டு என்னை ஏமாற்றுகிறார்கள். அதனால் கேட்டு உறுதிப்படுத்திக் கொண்டேன்' என்றார்.

ஊர் ஊத்துக்கோட்டை பக்கத்தில் என்றார். 'என் அப்பாவின் வீட்டுக்கு என்னால் வழி சொல்லமுடியும்' என்றவரிடம், 'நீங்கள் போய் உங்களது அம்மாவைப் பற்றிக் கேட்டபோது அவர் என்ன சொன்னார்?' என்றேன். 'அவர் என்னைப் பார்த்தாலே பயந்து ஓடிவிடுகிறார். எதையோ மறைக்கிறார் என்னிடம். மூன்றாம் மனிதர்கள் வந்தால் உண்மையைச் சொல்வார் என்று நினைக்கிறேன். இல்லையென்றால் காவல்துறையிடம் புகார் செய்து என் அம்மாவை கண்டுபிடிக்கலாம் என்று இவர் சொல்கிறார்' என்று பக்கத்தில் உட்கார்ந்திருந்தவரைச் சுட்டிக் காட்டினார். புது ஆள் பக்கத்தில் இருக்கிற தைரியத்தில் அவரை அழைத்து வந்தவர், 'முப்பது வருடங்களுக்கு முன்னால் நடந்ததை தெரிந்துகொண்டு என்ன செய்யப் போகிறாய்?' என்றதும், 'நீ வாயை மூடு' என்று சீறினார் அந்தப் பெண். உடனடியாக அடங்கிவிட்டார் அவர். எவ்வளவு பெரிய முள்ளாக இருந்தாலும் கிடுக்கிக்குப் பயந்துதான் ஆகவேண்டும்.

'உங்களைப் பார்த்தால் நல்லவர்போல தெரிகிறது' என்று சொல்லி விட்டு, மடியில் இருந்த கைப்பையில் இருந்து ஒரு சேலையை உருவி எடுத்தார். அந்தச் சேலையின் முக்கியத்துவம் குறித்துச் சொல்ல ஆரம்பித்தார். அரக்கு நிறப் புடவையில் பச்சை நிற மயில் உருவம் பொறிக்கப்பட்டிருந்தது. 'இது என் அம்மாவிற்காக நான் எடுத்து வைத்திருக்கிற சேலை' என்றார் பெருமை பொங்க. ஏதோ தோன்றவும் நிமிர்ந்து பார்த்தேன். அவரும் அதே மாதிரி சேலையைக் கட்டியிருந்தார். 'நான் எது எடுத்தாலும் எனக்கொன்று என் அம்மாவிற்கு ஒன்று என இரண்டு இரண்டாகதான் எடுப்பேன்' என்று சொன்னவரை நான் பரிதாபமாகப் பார்த்தேன்.

வெளியில் கொஞ்ச நேரம் இருக்க முடியுமா என்று கேட்டபோது, 'ஷ்யூர்' என தோளைக் குலுக்கியபடி சொல்லிவிட்டு எழுந்தவர், 'இவனையும் நம்பாதீங்க. இவனும் கள்ளப் பையன்தான். என் அம்மா கிடைத்துவிட்டால் எங்கே இவனை விட்டுப் போய்விடுவேனோ என நினைத்து இவனும் ஏமாற்றுகிறான்' என்று சொல்லிவிட்டு வெளியே போய் அமர்ந்துகொண்டார். எனக்குக் குழப்பமாக இருந்ததால், கொஞ்ச நேரம் அமைதியாக இருந்தேன். என்அமைதியைப் பார்த்துவிட்டு, வந்தவர் அவர்களது உறவு குறித்து ஏதாவது கேட்டுவிடுவேனோ என

பதற்றமடைய ஆரம்பித்தார். அவராகவே முன் வந்து 'அவள் என்னுடைய...' என ஆரம்பித்தபோது, 'அந்தக் கதை எனக்கு தேவையில்லை' என்றேன்.

எனக்குத் தெரியவேண்டியது, அவர் உண்மையைதான் சொல்கிறாரா என்பது என்றேன். ஆமாம், ஒரு தடவை அவருடைய அப்பாவைப் பார்த்ததாக இவரும் ஒத்துக்கொண்டார். கிளம்பலாம் என்கிற முடிவிற்கு நான் அப்போது வந்திருந்தேன். பச்சை நிற மயில் சேலைக்குரிய மூதாட்டியைப் பார்க்க விருப்பப்பட்டேன். அவர்கள் இருவரும் ஒரு காரிலும் நான் உள்ளிட்ட சிலர் இன்னொரு காரிலும் புறப்பட்டோம். ஊத்துக்கோட்டை என்று சொல்லியிருந்தார். ஆனால் புத்தூருக்குப் பக்கமாக கார் சென்று கொண்டிருந்தது. வழியில் ஒரு இடத்தில் களியும் மாட்டுக் கறியும் சாப்பிட்டோம். அந்தப் பெண் சாப்பிட மறுத்துவிட்டார். 'எங்கம்மாவை அழைத்துக்கொண்டு திருப்பதி வருகிறேன் என்று வேண்டிக் கொண்டிருக்கிறேன்' என்றார்.

புத்தூருக்குப் பக்கத்தில் இருக்கிற கிராமமொன்றில் இருந்தார் அவருடைய அப்பா. பார்த்ததுமே காட்டு நாய் விரட்டுகிற முயலைப் போல ஓடத் துவங்கினார். அந்தப் பெண்ணுடன் வந்தவர் துரத்தி ஓடிப் போய்த் தடுத்து நிறுத்தினார். அவரை அவருடைய காரில் ஏற்றிக்கொண்டு ஒதுக்குப்புறமாக இருந்த கோயில் ஒன்றில் தஞ்சமடைந்தோம். பாழடைந்த அந்தக் கோயிலில் இருந்த எல்லைச்சாமி ஒருத்தர் எல்லோருக்கும் துணையாக நின்றார். ஒடிசலான தேகமுடைய அந்த மனிதர் வாழ்க்கையில் பட்ட ரணங்களை தன் உடம்பெங்கும் தாங்கியிருந்தார். தமிழ் அவருக்குச் சரியாகவும் வரவில்லை. அவர் பேசியதில் பாதிதான் புரிந்தது. அவருக்கு இன்னொரு திருமணம் ஆகி அதன் வழியாக நான்கு குழந்தைகள் இருக்கிறார்கள். 'இந்தப் பெண் அடிக்கடி அவரைத் தேடி வந்து அடித்துவிட்டுச் செல்லும்' என்றார். 'இந்த முறை நீ சொல்லாவிட்டால், காவல்துறையில் ஒப்படைத்துவிடுவோம்' என்று அந்தப் பெண்ணுடன் வந்தவர் உண்மையிலேயே மிரட்டினார்.

அவர் எப்படியாவது இந்தச் சுழலில் இருந்து தப்பித்துவிட வேண்டுமென்கிற முனைப்பில் அவ்வாறு மிரட்டிக் கொண்டிருந்தார். ஒருவேளை அவளுடைய அம்மா பெங்களூருவில் இருக்கலாம் என்றார் அந்தப் பெரியவர். எங்களைச் சுற்றலில் விடுவதற்காக அப்படிச் சொல்லியிருக்கலாம் என்று எனக்குத் தோன்றியது. ஆனால் அந்தப் பெண்ணோடு வந்தவர் உடனடியாகப் போகலாம் என்றார். பெங்களூருக்கு வண்டியை விரட்டினோம். கோரமங்களா பக்கம் எங்களை அழைத்துச் சென்று பல குடியிருப்புகளுக்குப் போய்

வந்தார். எப்போதும் துணைக்கு அவரோடு இரண்டு பேர் நடந்து கொண்டே இருந்தோம். அவருக்கு நிறையப் பேர் அங்கே தெரிந்தவர்களாக இருந்தார்கள். காலையில் துவங்கி மாலை வரை எங்களை அங்கும் இங்குமாக அலைக்கழித்துக் கொண்டிருந்தார்.

அந்தப் பெண்ணோடு வந்தவர் களைப்படைந்து எங்கேயாவது அறை எடுத்துத் தங்கிவிட்டு நாளைக்குத் தேடலாமா என்றதும் நாங்களும் சரியென்றோம். நாங்களும் துவண்டுவிட்டோம். இந்த மனிதர் உண்மையைதான் சொல்கிறாரா அல்லது எங்களை வேண்டுமென்றே அலைக்கழிக்கிறாரா என்கிற குழப்பம் மேலெழுந்து வந்தபடியே இருந்தது. அவரைத் தனியாக அழைத்து 'தயவுசெய்து சொல்லி விடுங்கள்' என்று கெஞ்சத் துவங்கிவிட்டேன். அவர் தட்டுத் தடுமாறி அவருக்கும் அந்தப் பெண்ணின் அம்மாவிற்கும் நடந்ததாக ஒரு கதையைச் சொன்னார். 'எதற்காக இந்தக் கதையை இவ்வளவு நாள் சொல்லாமல் மறைத்தீர்கள்?' என்றேன். அவளுக்கு பயந்துதான் என அவர் இருக்கும் அறையைச் சுட்டிக் காட்டினார். அந்த அறைக்குள் என்ன நடக்கும் என்பதை அந்தப் பெரியவர் அறியமாட்டார்.

கோரமங்களா பக்கத்தில் சேரிப் பகுதி ஒன்றில் அவரும் அவரது மனைவியும் இருந்திருக்கிறார்கள். அந்தப் பெண் அங்கேதான் பிறந்ததாகச் சொன்னார். ஒருநாள் வேலை விட்டு வரும்போது தன்னுடைய மனைவியைக் காணவில்லை என்றார். நம்பும்படியாக இல்லை என்ன நடந்தது என்று சொல்லுங்கள் என விடாமல் நச்சரித்த பிறகு அவர் இன்னொரு கதையைச் சொல்லும்போது அந்தப் பெண்ணோடு வந்தவரும் எங்களோடு வந்து இணைந்துகொண்டார். தன்னுடைய ஐ ஃபோன் கேமராவில் அவர் சொல்வதைப் படமாகவும் எடுக்க ஆரம்பித்தார். அந்த வயதான மனிதர் தட்டுத் தடுமாறி அவருக்குத் தெரிந்த மொழியில் கதையை மேற்கொண்டு சொல்லலானார்.

ஒருநாள் மாலை வீட்டுக்கு வந்து பார்த்தால் மனைவியைக் காணவில்லை என்று மறுபடி ஆரம்பித்தவரை இவர் அடிக்கப் பாய்ந்தார். இருங்கள் என அவரை அமர்த்திவிட்டு மேலும் தொடரச் சொன்னோம். அவரோடு அவருடைய இரண்டு தம்பிகளும் இருந்திருக்கிறார்கள். அவரது மனைவியை இரண்டு பேரும் சேர்ந்து பாலியல் பலாத்காரம் செய்ததில் இறந்து போய்விட்டாராம். இவர் தம்பிகளை அரிவாளைக் கொண்டு வெட்டப் போனபோது காலில் விழுந்து அழுதிருக்கிறார்கள். அப்பா அம்மா இல்லாமல் தம்பிகளை வளர்த்தது இவர்தான் என்பதால் மன்னித்து விட்டுவிட்டார். அவர்கள் இருந்தது ஒரு சாக்கடைப் பகுதிக்கு அருகில் என்பதால்,

அந்தப் பெண்ணின் பிணத்தை மூவருமாக கொண்டுபோய்ப் புதைத்திருக்கிறார்கள். பெண் குழந்தையால் ஏதாவது சிக்கல் வந்து விடக்கூடாது என்பதற்காக அவளை ஒரு ரயிலில் ஏற்றி அனுப்பி விட்டேன் என்றார்.

இந்தக் கதையைச் சொல்லும்போது இடையிடையே கண்களைத் துடைத்துக்கொண்டார். கண்ணீர் சுரக்கவில்லை அவருக்கு. சில நேரங்களில் ஒப்பனைகளின்போதுகூட கண்ணீர் சுரக்காது. அதனால் தான் கிளிசரின் என்கிற திரவம் தேவைப்படுகிறது. என்றாலும் அதற்கு மேல் அவரைக் கிண்ட விரும்பாமல், அந்தப் பெண்ணோடு வந்திருப்பவரிடம் சொன்னேன். 'முப்பது வருஷத்துக்கு முன்னாடி நடந்த கதை இது. இனிமேல் தோண்டக்கூட முடியாது. இவர் சொல்கிற இடத்தில எல்லாம் இப்போது இருபது மாடிக் கட்டடங்கள் எல்லாம் வந்துவிட்டன. அதையெல்லாம் இடித்து தரை மட்டமாக்கித் தோண்டினால் குறைந்தது ஒரு ஆயிரம் கோடி ரூபாயாவது செலவாகும். நடக்கிற காரியமா? தவிர இவரும் பார்க்க ரெம்ப பரிதாபமாக இருக்கிறார்' என்றேன். அவர் புரிந்து கொண்டதுபோல தலையாட்டிவிட்டு, மூவாயிரம் ரூபாய் பணத்தை எடுத்து அந்தப் பெரியவரிடம் கொடுத்துவிட்டு ஊருக்குப் போகச் சொன்னார்.

விட்டால் போதும் என அந்தப் பெரியவர் தப்பித்து ஓடினார். நாங்கள்தான் போய் பத்திரமாக பேருந்தில் ஏற்றிவிட்டோம் அவரை. மறுநாள் அந்தப் பெண் அழுது வீங்கிய முகத்தோடு வெளியே வந்தார். வெறி அடங்கியவராக வெளியே வந்த அவரைப் பார்த்த போது எப்படி இவர் சமாதானப்படுத்தியிருப்பார் என்கிற கேள்வி எழுந்தது. கிளம்பலாம் என்று அவருக்கு அதிகாரத் தொனியில் உத்தரவிட்டார். கையில் வைத்திருக்கிற புடவையை யாரிடமாவது கொடுத்துவிடலாம் என்றார். எங்கே கொடுக்கலாம் என்று கேட்ட போது, அவருடைய அப்பா புதைத்ததாகச் சொன்ன இடத்திற்குப் பக்கத்தில் யாருக்காவது கொடுத்துவிடலாம் என்றார். கடந்த இரண்டு நாட்கள் நடந்திருந்த கூத்துக்களால் எரிச்சலடைந்திருந்தேன் நான். கூடவே அந்தப் பெண் சில சமயங்களில் அவரோடு இருப்பவரை நடத்துவதைப்போல என்னையும் அதிகாரத் தோரணையில் நடத்திக் கொண்டிருந்தார். இதென்ன பைத்தியக்காரத்தனம் என்று வாய்விட்டுச் சொன்னபோது, பெண்ணோடிருப்பவர் என் கைகளைப் பிடித்து, 'இன்னும் கொஞ்ச நேரம் ப்ளீஸ்...' என்று கெஞ்சினார்.

வேறு வழியில்லாமல் அவர்களது காரைப் பின்தொடர்ந்தது எங்களுடைய கார். நாங்கள் பின்னால் வருகிறோமா என அடிக்கடி நிறுத்தி சோதனை போட்டபடி அவர் ஓட்டிக் கொண்டிருந்தார்.

இடையில் தொலைபேசி செய்துவேறு உறுதிபடுத்திக் கொண்டார். நாங்கள் இருக்கிற வரைதான் அவருக்குப் பாதுகாப்பு. ஒதுக்குப் புறமான ஒரு குடியிருப்பின் வழியாகச் சென்ற கார் சட்டென ப்ரேக் அடித்து நின்றது. காரிலிருந்து வேகமாக இறங்கிய அந்தப் பெண் வழியில் போய்க் கொண்டிருந்த ஒரு அம்மாவை நிறுத்தி, 'எங்கம்மாவை கண்டுபிடிச்சுட்டேன். எங்கம்மாவை கண்டுபிடிச் சுட்டேன்' என கதறி அழ ஆரம்பித்தார். அந்தப் பெண்ணின் கைப்பிடிக்குள் சிக்கிய அந்த மூதாட்டி மலங்க மலங்க விழித்துக் கொண்டிருந்தார். வண்டியை நிறுத்திவிட்டு இறங்கிப் போய்ப் பார்த்தேன். அடிவயிற்றில் இருந்து கிளம்பும் பெருங்குரலோடு அந்தப் பெண் அழுவதைப் பார்க்கச் சகிக்கவில்லை. கண்ணீரில் பவுடர் திட்டுத் திட்டாகக் கரைந்து கொண்டிருந்தது. எப்படியாவது இவளை அப்புறப்படுத்த உதவுங்கள் என்று சொல்கிற மாதிரி தலையில் தட்டிச் சைகை காட்டினார் அந்தப் பெரிய வீட்டு மனிதர்.

என்ன ஆனாலும் பரவாயில்லையென அவர்களை அப்படியே அந்த இடத்தில் விட்டுவிட்டு காரை எடுத்துக்கொண்டு கிளம்பினோம். எங்க போறீங்க என்று கேட்ட அவரிடம், சிகரெட் வாங்கிட்டு வந்திடறோம் என பொய் சொல்லிவிட்டுத் தப்பித்தோம். ஆனாலும் குறுகுறுவென்று இருந்தது மனது. நேரே புத்தூருக்கு வண்டியை விட்டோம். எங்களைப் பார்த்ததும், அவர் வழக்கம்போல தப்பித்து ஓடப் பார்த்தார். அந்தப் பெண் எங்களுடன் இல்லை என்பது தெரிந்ததும் கொஞ்சம் தைரியத்துடன் நின்று எதிர்கொண்டார் எங்களை. உண்மையைச் சொல்லுங்க என்று அவரை நெருக்கிய போது, 'அதெல்லாம் கொல்லல்லாம் இல்லைங்க. அப்படியாவது என்ன விட்டுருவான்னுதான் பொய் சொன்னேன். என் பொண்டாட்டி எங்கூட இருக்கறப்பயே இன்னொருத்தன் கூட ஓடிட்டா. அத சொன்னா அசிங்கம்னு சொல்லாம விட்டுட்டேன். அந்த ஊர்ப்பக்கமாதான் இருப்பா இப்ப. ஆனா எங்கருப்பான்னு எம் பொண்ணுங்க மேல சத்தியமா எனக்குத் தெரியாது' என்றார். அவர் அப்போது சொன்னது பொய்யா? அல்லது இப்போது சொன்னது பொய்யா? அந்தப் பெண்ணின் முகத்தில் படிந்திருந்த பவுடரைக் கழுவியெடுத்த கண்ணீர் மட்டும் உண்மையென்று புரிந்தது. அரக்கு நிறப் புடவையில் இருந்த பச்சை மயில் கழுத்தைத் திருப்பி என்னைப் பார்த்துச் சிரித்தது.

6

‘என் மகளை கம்பத்தில் இருக்கிற குடும்பம் ஒன்று கடந்த ஒரு வருடமாகக் கடத்தி வைத்திருக்கிறது. மீட்கப் போன என்னையும் என் மனைவியையும் கட்டி வைத்து அடைத்துச் சித்திரவதை செய்தார்கள். அப்புறம் எங்களை கருவேலம் காட்டிற்குள் அழைத்துப்போய் பெல்ட்டால் அடித்துத் துவைத்தார்கள். இனிமேல் இந்தப் பக்கம் வந்தால் அடித்துக் கொன்றுவிடுவோம் என்று சொல்லி இரண்டாயிரம் ரூபாய் கொடுத்து துரத்திவிட்டார்கள். காவல் துறையினரிடம் புகார் அளிக்க எங்களுக்கு பயமாக இருந்தது’ என்று சொல்லி, அடிவாங்கிய காயங்களைக் காட்டி அழுத அந்தப் பெற்றோரைப் பார்க்கப் பரிதாபமாக இருந்தது. இளம் வயதுப் பெற்றோர் அவர்கள். மிஞ்சிப் போனால் இருவருக்கும் நாற்பதை ஒட்டிய வயதுதான் இருக்கும்.

‘உங்கள் மகள் என்ன செய்து கொண்டிருக்கிறார்?’ என்று கேட்டேன். ‘சினிமா நடிகையாக இருக்கிறார்’ என்று சொல்லி சில புகைப் படங்களைக் காண்பித்தார்கள். சினிமாவிற்காக எடுக்கப்பட்ட புகைப் படங்கள் அவை. சில படங்களின் போஸ்டர்களையும் காண்பித்தார் கள். இரண்டாம் கிரேடு படங்கள் அவை. அந்தப் பெண்ணை இப்படிக் குனிய வைத்தபோது நீங்கள் அங்கிருந்தீர்களா என அந்தப் பெற்றோரை நோக்கிக் கேள்வி எழுப்ப வேண்டியதே இல்லை. சினிமா மொழியில் சொல்வதென்றால் உப்புமா கம்பெனி படங்கள். அதில் ஒரு படம் ரிலீஸாகி விட்டதாகவும் சொல்லி அது சம்பந்தமான வீடியோ காட்சிகளையும் காண்பித்தார்கள். லட்சணமான முகம் கொண்ட அந்தப் பெண்ணிற்குத் தற்போது பதினாறு வயதுதான்

நடந்து கொண்டிருக்கிறது. சரியான கைகளில் சேர்ந்திருந்தால் அந்தப் பெண் மிகப் பெரிய உயரங்களைத் தொட்டிருக்க முடியும். ஏனெனில் அந்த சில நிமிடங்கள் ஓடிய வீடியோ காட்சியில் அவர் நன்றாக நடித்திருக்கவும் செய்திருந்தார்.

உயரம் தொடவேண்டிய அந்தப் பெண்ணின் வாழ்வில் என்ன நடந்தது? அவர்களிருவருக்கும் ஒரே பெண் அவர். அந்தப் பெண்ணின் அம்மாவிற்குத் தன்னுடைய பெண்ணை சினிமாவில் நடிக்க வைக்கவேண்டும் என்பது தணியாத ஆசை. தங்களது குடும்பக் கஷ்டத்தை நடிப்புத் தொழிலின் வழியாக வென்றுவிடலாம் என கணக்குப் போட்டிருக்கிறார்கள். வேறு தொழிலே இல்லை பாருங்கள்... பெங்களூரில் இருந்து இயக்குநர் என்று சொல்லி ஒருத்தர் வந்திருக்கிறார். அவர்தான் உப்புமா கம்பெனிகளுக்கு அந்தப் பெண்ணை அழைத்துப் போயிருந்திருக்கிறார். ஒரு கட்டத்தில் அந்தப் பெண்ணைத் தானே திருமணம் செய்வதாகச் சொல்லி இருக்கிறார். இவர்களும் ஒத்துக் கொண்டார்கள். கம்பத்தில் ஒருபடத்தின் படப்பிடிப்பு இருக்கிறது என்று சொல்லி அழைத்துப் போனவர் அங்கிருந்து தப்பி ஓடிவிட்டார் என்று சொன்னார்கள்.

அவர் எதற்காக ஓடவேண்டும்? கம்பத்தில் இருப்பவர் அந்த ஏரியாவில் வட்டிக்கு விடும் மிகப் பெரிய மனிதர். அந்தப் படத்திற்கு அவர் ஃபைனான்ஸ் செய்திருக்கிறார். பெங்களூரைச் சேர்ந்த இயக்குநர் அவர்களிடம் மிகப்பெரிய தொகையை வாங்கியிருக்கிறார். பணத்தைத் திரும்பக் கொடுக்க இயலாததால், பணத்திற்குப் பதிலாக தன்னுடைய மகளை ஈடாகக் கொடுத்துவிட்டார் என்றார்கள். வட்டித் தொழிலில் ஈடுபடுபவர்கள் பெரும்பாலும் இப்படிச் செய்வதுண்டு என்பதால் நான் ஆச்சரியப்படவில்லை. எதற்கும் பெங்களூரைச் சேர்ந்த இயக்குநரிடம் பேசிவிடலாம் என்பதற்காக அவரைத் தொலைபேசியில் தொடர்பு கொண்டோம்.

அவர் இன்னொரு கதையைச் சொன்னார். 'நான் அந்தப் பெண்ணை தீவிரமாகக் காதலித்தேன். அவளை மனைவியாகக் கருதி நிறையச் செலவழித்தேன். அவளுடைய குடும்பம் எப்போதும் பணம் பணம் என்று அலைகிறவர்கள். என்னிடமே லட்சக்கணக்கில் பணம் வாங்கியிருக்கிறார்கள். கம்பத்திற்கு அழைத்துப் போனது நான்தான் என்பதை மறுக்கவில்லை. அங்கு போனதும் பணத்தைப் பார்த்து விட்டு கைமாறி விட்டாள். இது சம்பந்தமாக என்னை இனிமேல் அழைக்காதீர்கள்' என்று சொல்லிவிட்டு தொலைபேசியை அணைத்து வைத்துவிட்டார். அவரை வேறு எப்படியும் மறுபடி பிடிப்பதற்கு வழியே இல்லாமல் போய்விட்டது. அவர் சொன்ன கைமாறி

விட்டாள் என்கிற வார்த்தை உறுத்திக்கொண்டே இருந்தது. பண்டமாற்று உலகம் இன்னொரு கோர முகத்துடன் நமக்கு நெருங்கின வாழ்வில் தொடரத்தான் செய்கிறது.

அந்தப் பெண்ணின் பெற்றோர் இதைத் திட்டவட்டமாக மறுத்தார்கள். எங்களிடம்தான் அவர் லட்சக்கணக்கில் பணம் பெற்றார் என்றார்கள். உங்களுக்கு எங்கிருந்து அந்தப் பணம் வந்தது என்று கேட்டபோது, என் மகள் சினிமாவில் சம்பாதித்த பணம் என்றார்கள். உப்புமா கம்பெனியில் உண்மையில் உப்புமாகூட தரமாட்டார்கள் என்பது எங்களுக்குத் தெரிந்திருந்ததால், அரசல்புரசலாக ஏதோ இதில் நடந்திருக்கிறது என்பதைப் புரிந்துகொண்டோம். என்னவாக இருந்தாலும் பெற்றோரையே அடித்து உதைத்துவிட்டு ஒருவருடமாக ஒரு இளம்பெண்ணை அடைத்து வைத்திருப்பது தவறில்லையா? அந்தப் பெற்றோரை அழைத்துக்கொண்டு கம்பத்திற்குக் கிளம்பினோம்.

அங்குள்ள நண்பர்களது துணையுடன் விசாரித்தபோது கம்பத்தில் இருக்கிற அந்தப் பெரிய மனிதர் கொஞ்சம் அடாவடியான வசூல் பேர்வழிதான் என்று சொன்னார்கள். அவர்களுடைய சொந்தக்காரர் கள் பலர் காவல்துறையில் உயர் பொறுப்பில் இருப்பதால் அவர் மீது கைவைக்க லோக்கல் காவல்துறையும் அஞ்சிக் கொண்டிருந்ததும் தெரியவந்தது. அந்தப் பகுதியில் கொடிகட்டிப் பறந்த சாதிச் சங்கமொன்றில் பொறுப்பிலும் இருந்தார். என்னதான் செய்து விடுவார்கள் என்று பார்த்துவிடலாமென, அந்தப் பெற்றோரை லாட்ஜில் விட்டுவிட்டு நாங்கள் மட்டும் கிளம்பிப் போனோம். எதிர்பார்த்ததற்கு மாறாக இருந்தது வரவேற்பு அங்கே. அரிவாளின் கூர்முனையில் அன்பு பெருக்கெடுத்து வழிந்தது.

அந்த வீட்டின் பெரியம்மா அன்போடு எங்களை உபசரித்தார். அவர் இவர்கள் விட்ட இடத்திலிருந்து அந்தக் கதையை ஆரம்பித்தார். அவருக்கு ஒரே பையன். அந்தம்மாவின் முதல் கணவர் வழியாகப் பிறந்த பையன். இந்தப் பையனுக்காக அந்த வட்டித் தொழில் பெரியவர் இன்னொரு குழந்தை நமக்கு வேண்டாம் என்று முடிவெடுத்து விட்டாராம். அவருடைய கணவர் இவரிடம் வட்டிக்கு வாங்கியிருந்திருக்கிறார். அவர் வட்டி வசூலிக்கப் போன இடத்தில் அந்தம்மாவைப் பார்த்து காதல் வயப்பட்டு பையனோடு இவரையும் அழைத்துக்கொண்டு வந்துவிட்டார் என்று சொல்லி வயதுக்கு மீறிய வெட்கத்தைக் காட்டினார் அந்தம்மா. அது அழகாகவும் இருந்தது. ‘முதல் தடவை என்னுடைய பையனுக்கு திருமணம் செய்து வைத்தார். அது விளங்கவில்லை என்றபோதும் இரண்டாம் முறையும் திருமணம் செய்துவைத்தார். அதுவும் துலங்கி

வரவில்லை. அதற்கெல்லாம் கோபப்படாமல் இப்போது வரை தன்பையன் மாதிரி அவனைப் பார்த்துக் கொள்கிறார். எல்லா சொத்துக்களையும்கூட அவன் பெயரில்தான் எழுதி வைத்திருக்கிறார்' என்றார்.

வந்தமர்ந்த பெரியவர் எல்லோரும் வெளியில் சொல்வதைப்போல மிரட்டலாகவெல்லாம் இல்லை. அந்த பெங்களூர்க்காரன் எங்களிடம் கடன் வாங்கியது உண்மைதான் என்றார். 'எம் பையனுக்கு ரெண்டு கல்யாணமும் உருப்படலை. இந்தப் பொண்ணு காதலிச்சு தொலைச்சிட்டா. உங்கப்பாம்மாவ கூட்டிட்டு வாம்மான்னா, அவங்க வந்தா செத்துருவேன்னுட்டா. அதனால நாங்களே கட்டி வச்சுட்டோம். வரச் சொல்றேன் நீங்களே கேளுங்க' என்றார். முன்பு காட்டிய புகைப்படத்தில் இருந்த பெண்ணை எதிர்நோக்கிக் காத்திருந்தேன். உப்புமா கம்பெனி என்றாலும் அவர் நடிகை என்கிற வழக்கமான குறுகுறுப்பும் இருந்தது என்பதையும் மறுக்க முடியாது. சினிமாக்களில் வருவதைப்போல மேலிருந்து இறங்கும் படிக்கட்டுகளில் நடைதவழ்ந்து வரும் ஒய்யாரக் கொண்டை போட்ட ஒரு நாயகிக்காகக் காத்திருந்தேன். இந்தக் கதையில் எல்லோரும் அவர்கள் தரப்புக் கதையைச் சொல்லிவிட்டார்கள். அந்தப் பெண் அவர் சார்பாய் எதைச் சொல்லப் போகிறார் என்பதும் வெட்டுக் கிளி இலையக் கடிப்பதுபோல தலையைக் குடைந்து கொண்டிருந்தது.

மாடிப் படியில் இருந்து சினிமாக்களில் இறங்கி வருவதைப்போல அந்தப் பெண் இறங்கி வந்தார். கதாநாயகியாய் அந்த வீட்டிற்குள் போன பெண் நிறைமாத கர்ப்பிணியாய் இறங்கி வந்தார். நெற்றி வகிட்டில் மிகப் பெரிய குங்குமம் வைத்து பாந்தமாக வந்தமர்ந்த அந்தப் பெண்ணைப் பார்க்கையில், அவர் சந்தோஷமாக இருக்கிறார் என்பதுபோல தோன்றியது. வந்ததிலிருந்து அந்தப் பையன் எங்கே என நாலைந்து முறை கேட்டபோதும், 'அவனை எதுக்குப் பாக்கப் போறீங்க, நீங்க பொண்ணுட்ட மட்டும் பேசிக்கோங்க' என தட்டிக் கழித்தார்கள். எல்லோரையும் அனுப்பிவிட்டு பெண்ணிடம் மட்டும் தனியாகப் பேச ஆரம்பித்தோம். ஆரம்பத்தில் இந்தச் சந்திப்பிற்கு ஒத்துக் கொள்ளவேயில்லை அவர்கள். அந்தப் பெண்தான், வீட்டில் பாதுகாவலர்களைப்போல அருகில் இருந்தவர்களைப் பார்த்து 'அப்பாவை கூட்டிட்டுப் போங்க, நான் பார்த்துக்கறேன்' என தைரியமாகச் சொன்னார்.

'நான் சினிமாவில் நடிக்க ஆசைப்பட்டது உண்மைதான். பெங்களூர் இயக்குநரை நான் காதலிக்கவேயில்லை. என்னுடைய அப்பாவும் அம்மாவும் சேர்ந்து அவனிடம் காசு வாங்கிக்கொண்டு என்னை

அனுப்புவார்கள். அவனிடம் மட்டுமில்லாமல் எல்லோரிடமும் என்னை அனுப்புவார்கள். என்னை வைத்துதான் சம்பாதித்துக் கொண்டிருந்தார்கள். வேறு ஏதாவது வேலைக்குப் போகிறேன் என்று சொல்லி பல நேரங்களில் அழுதிருக்கிறேன். சின்ன வயதில் சீக்கிரம் வயதுக்கு வர வேண்டும் என்று ஹார்மோன் ஊசிகளை அதிகமும் எடுத்துக்கொள்ளச் செய்வார்கள். பதினாறு வயசு மாதிரியா நான் இருக்கேன்... ஊதிப் போன பப்பாளி மாதிரி ஆனதுக்கு அந்த ஊசிதான் காரணம்' என்றார். 'என் அப்பாவும் அம்மாவும் சேர்ந்து எனக்கு குடி வாங்கிக் கொடுத்து அறைக்குள் அனுப்புவார்கள். இங்கே கம்பத்திற்கு வந்த பிறகு இந்தப் பையனைப் பார்த்தேன். எனக்குப் பிடித்துப் போய்விட்டது. கல்யாணம் செய்துகொண்டு நிம்மதியாக இருக்கிறேன். இனிமேல் என்னைத் தொந்தரவு செய்யாதீர்கள்' என்று அந்தப் பெண் சொன்னதும், சரியென்றோம்.

உங்களுடைய பெற்றோர் வாங்கித் தந்தார்கள் என்று சொல்லி இனிப்புப் பெட்டியை எடுத்துக் கொடுத்தபோது, 'போகும்போது தெரு முக்கில அதை வீசிருங்க' என்றார். இது வழக்கமான கோபம் தான் என்பதால், வெள்ளை நிறமான அந்தப் பெட்டியை அந்த மேஜையிலேயே வைத்துவிட்டுக் கிளம்பினோம். அந்தப் பெண்ணிற்கான மகிழ்ச்சி பெற்றோர் கடத்திய இனிப்புப் பெட்டியில் இல்லை. பத்து வயதாக இருக்கும்போது இதேமாதிரியான பெட்டியை அவர்கள் தந்திருந்தால் இந்தப் பெண் எப்படிப் பார்த்திருப்பார்?

வாசலுக்கு வந்தபோது அந்தப் பெரியம்மா பின்னால் இருந்து அழைத்துச் சொன்ன ஒரு விஷயம்தான் இந்தக் கதையை மேலும் தோண்டச் செய்தது. 'தம்பி, இங்க வாங்க' என்றார் ரகசியம் பேசும் குரலில். 'ஒரு விஷயத்த சொல்லட்டா. வந்து சேர்ந்த புதுசுல அந்தப் பெண்ணுக்கு வயித்து வலி. திருநீறு பூச வயித்த பாத்தப்ப, அவளுக்கு ஏற்கெனவே குழந்தை பிறந்த விஷயம் தெரிஞ்சுது. எனக்கு தெரியாதா தம்பி... சரி இங்கயாவது ஒழுக்கமா இருக்கட்டும்னு நானும் பெரிய மனுஷரும் சேர்ந்து மன்னிச்சு விட்டுருக்கோம்' என்றார். மூளை குழம்பிவிட்டது எனக்கு. சினிமாவைப்போல சினிமா சம்பந்தப்பட்டவர்கள் வாழ்விலும் இத்தனை குழப்பங்களா?

அறைக்குப் போனதும் தொடர்புகளைப் பயன்படுத்தி ஏற்கெனவே அந்தப் பையன் திருமணம் செய்துகொண்ட இரண்டு பெண்களைத் தேடிக் கண்டுபிடித்து அவர்களுடைய தொலைபேசி எண்களை வாங்கினோம். அவர்களிடம் பேசியபோது, தெளிவாகச் சொல்லி விட்டார்கள். 'அந்த பையன் மந்தமான ஆளு. அவன் ஒரு கணக்குக்கு தான் அங்க இருக்கான். அவங்க அவனுக்கு கல்யாணம் பண்ணல.

அவங்கப்பனுக்கு பொண்டாட்டி தேடறானுங்க. அந்தம்மாவும் அதுக்கு உடந்தை. பொறுத்துப் பார்த்து முடியாமதான் அத்துக்கிட்டு ஓடி வந்துட்டோம். சும்மா சொல்லக்கூடாது. கைநிறைய காசு குடுத்துதான் வழியனுப்பி வச்சாங்க' என்றார்கள். இவர்களாவது கிராமத்திலேயே வளர்ந்து வாக்கப்பட்டவர்கள். எல்லாம் தெரிந்த சினிமாத் துறையைச் சேர்ந்த அந்தப் பெண் ஏன் மாட்டிக் கொண்டார்? இனிப்புப் பெட்டியைத் தூக்கிக்கொண்டு அம்மாவென அந்தப் பெண் அழைத்தபடி ரயிலடிக்கு ஓடி வருகிற சினிமாக் காட்சிபோல நிஜத்திலும் நடந்துவிடாதா?

அந்தப் பெண்ணின் பெற்றோர், குழந்தையெல்லாம் பிறக்கவில்லை என அடித்துச் சொன்னார்கள். உங்களுக்கு உதவ வேண்டுமென்றால் உண்மையைச் சொல்லுங்கள் என்றபோது, பிறக்கும்போதே செத்து விட்டது என்றார்கள். எந்த ஆஸ்பத்திரி என்றதும் மலங்க மலங்க விழித்தார்கள். ஒருகட்டத்தில் கையெடுத்துக் கும்பிட்டுவிட்டேன் நான். 'உங்களுக்கு உதவ வந்த எங்களை இப்படி சுத்த விடுறீங்களே' என்றதும் கடைசியில் உண்மையைச் சொன்னார்கள். குழந்தை பிறந்தது உண்மைதான். வளசரவாக்கத்தில் உள்ள நர்ஸ் ஒருத்தரின் உதவியுடன் அந்த ஆண் குழந்தையை மூன்று லட்சத்திற்கு விற்று விட்டார்கள். 'சத்தியமா சொல்றோம்ங்க. இது எல்லாமும் அவ சம்மதத்தோடதான் நடந்தது. இப்ப வசதியா செட்டில் ஆகிட்டு எங்களையெல்லாம் மறந்துட்டு மாத்திச் சொல்றா' என்றார்கள்.

நான் மீண்டும் அந்த வீட்டிற்குப் போய், அந்தப் பெண்ணிடம் ஒரே தகவல் மட்டும் கேட்டுவிட்டுப் போகிறேன் என்றேன். சரியென்று சொல்லி அனுமதித்தார்கள். எரிச்சலோடு அந்தப் பெண் என் முன்னால் வந்தமர்ந்தார். 'உங்களுக்கு குழந்தை பிறந்த விஷயமும் தெரியும். அதை விற்ற விஷயமும் தெரியும். உங்கள் கணவரின் முதல் இரண்டு மனைவிகளும் எங்களிடம் பேசிய விவரத்தை மட்டும் உங்களிடம் சொல்லலாம் என்று வந்தேன்' என்றதும் அந்தப் பெண் கொஞ்ச நேரம் அமைதியாக இருந்தார். 'நன்றாக வாழவேண்டிய பெண் எதற்காக உங்களை நீங்களே சிதைத்துக் கொள்கிறீர்கள்?' என்றதும் அந்தப் பெண் சொன்ன விஷயத்தைச் சொல்லித்தான் ஆகவேண்டும். சினிமாவிற்காகத் தயாரிக்கப்பட்ட காட்சியாகக்கூட அது இருக்கலாம்.

'விருப்பப்பட்டுதான் அவங்களோடு இருந்தேன். அந்தக் குழந்தையை வித்ததும் எனக்கு தெரியும். ஒருநாள் ஓவரா குடிச்சிட்டேன். நல்ல குடிபோதையில ஒருத்தரோடு என்ன அனுப்பினாங்க. இடையில போதை தெளிஞ்சப்ப லைட்டா கண்ண தொறந்து பாத்தப்ப எங்கப்பா

சட்டைய எடுத்து மாட்டிக்கிட்டு இருந்தாரு.' அதற்கடுத்து ஒருவார்த்தை பேசவில்லை நான். எழுந்து வெளியே வந்த என்னை அருகில் அழைத்த பெரியவர், 'இவ்வள நாள் வளத்துட்டாங்க. ஏதாச்சும் பணம் கிணம் வேணும்னா இப்ப வரச் சொல்லுங்க. அடிக்க கிடிக்க மாட்டோம்' என்றார். நான் போனபோது ஆவலோடு வந்த அந்தப் பெண்ணின் பெற்றோர், என்ன சொன்னாங்க என்றனர். அந்தப் பெரியவர் சொன்னதைச் சொன்னதும், 'இத முதல்லயே அவங்க செஞ்சிருக்கலாம்ல. உடனடியா கிளம்பிப் போறோம்' என்றார்கள். சினிமாவை விட வாழ்க்கை திருப்பங்கள் நிறைந்தது. கொசுவிற்கு பயந்து வீட்டை மட்டுமில்லாமல் தங்களது பெண்ணையும் கொளுத்திய இவர்களும் காலத்தின் புதல்வர்கள்தான். நான் அந்த வீட்டில் இருந்து கிளம்பும்போது திரும்ப எடுத்து வந்திருந்த இனிப்புப் பெட்டியைக் கறுப்பு நிற பிளாஸ்டிக் கவரில் பொதித்துக் குப்பையில் போட்ட போது, 'என்னது அது?' என்றார்கள் அந்தப் பெற்றோர். 'உங்களுடைய குழந்தையின் மகிழ்ச்சி அது' என்றேன்.

7

சேலத்திலிருந்து அந்த இஸ்லாமியக் குடும்பம் அழைத்து அவர்களது கதையைச் சொன்னபோது தற்செயல்கள் செயல்படும் விதம் குறித்துச் சிந்திக்க ஆரம்பித்தேன். மொத்தம் எட்டுக் குழந்தைகள். யாருக்குமே திருமணம் ஆகவில்லை. எங்களிடம் கதையைச் சொன்ன நடுவில் இருக்கிற அக்காவிற்கே முப்பத்தைந்து வயது ஆகிறது என்று சொன்னார். அவருக்கு மேலே ஒரு அக்கா இருந்தார். கீழே ஒரு தங்கை இருந்தார். கடைக்குட்டியாக தம்பி ஒருத்தரும் இருந்தார். எங்களை துர்சக்திகளிடம் இருந்து காப்பாற்றுங்கள் என்று சொல்லி அழைத்தார்கள். துர்சக்திகள் இருக்கலாம். இல்லாமல்கூட போகலாம். ஆனால் நீருக்குத் தவிக்கும் முதிய மொட்டை மரமொன்றை ஏன் இப்படிப் பிடித்து ஆட்டுகின்றன?

எதற்கும் அங்கே போய்ப் பார்த்துவிடலாம் என்று கிளம்பிப் போனேன். சேலம் அம்மா பேட்டைக்கு அருகில் ஒரு பழைய குடியிருப்பிற்குள் இருந்தது அவர்களுடைய வீடு. அவர்கள் வீட்டிற்குப் பின்புறம் மிகப் பெரிய பன்றிக் குடில் இருந்தது. அதிலிருந்து விலகி கீழ்நோக்கி நடந்தால் சாக்கடை ஓடிக் கொண்டிருந்தது. அந்த வீட்டிற்குள் நுழையும்போதே ஜன்னலெங்கும் பீடை ஒட்டிக் கொண்டிருந்ததைப் பார்க்க முடிந்தது. அப்படிச் சொல்வது தவறுதான். ஆனால் அந்த வறுமையைத் தாண்டிய ஏதோ ஒருவிதமான வெறுமையுடன் கூடிய அந்த வீட்டை வேறு எப்படியும் விவரிக்க முடியவில்லை. அந்த வீட்டில் இருந்த பெரியம்மா முகமெல்லாம் சுருக்கங்களுடன் அமர்ந்திருந்தார். ஒவ்வொரு சுருக்கமும்

பல்லாண்டுகளாக வீழ்ந்து எழுந்த கதைகளைச் சொல்லிக் கொண்டிருந்தது. வரி வரியாய் விதி நிறையக் கோடுகளைக் கொடுவாள் கொண்டு போட்டிருந்தது அந்த முகத்தில். அந்த வீட்டிற்குள் நுழைகிற என்னையே வித்தியாசமாக எல்லோரும் பார்த்தார்கள். யாரும் அவர்களுடன் பேசுவதில்லை. அவர்களும் யாருடனும் தொடர்பு கொள்வதில்லை என்பது தெரிந்தது. எல்லாவற்றில் இருந்தும் அவர்கள் விலகி வாழ்ந்து கொண்டிருந்தார்கள். விலகி வாழ விதிக்கப்பட்டிருந்தார்கள்.

அந்தக் குடும்பத் தலைவர் பத்து வருடங்களுக்கு முன்பு இறந்து விட்டார் என்றார்கள். இருந்த கொஞ்சநஞ்ச சொத்தை விற்றுச் சாப்பிட்டிருக்கிறார்கள். அந்தப் பெரியம்மா கெதியாக இருந்தபோது பழம் விற்கப் போய் சம்பாதித்திருக்கிறார். அவர் ஒடிந்து போன போது மூத்த அக்கா அந்த வியாபாரத்திற்குப் போயிருக்கிறார். அந்த வியாபாரம் என்ன காரணத்தினாலோ நொடித்துப் போய்விட்டது. கிடைத்த வேலைக்கு எல்லோரும் போய்க் கொண்டிருந்திருக் கிறார்கள். இடையில் ஏகப்பட்ட நோய் நொடிகள், அதன் நிமித்தமான கடன்கள் என சிக்கிச் சின்னாபின்னப்பட்டு விட்டார்கள். இப்போதெல்லாம் தெருவில் யாரும் இவர்களுக்குக் கடனும் கொடுப்பதில்லை. கடனாகக் கொஞ்சம் வார்த்தைகளைக்கூட விசிறியடிப்பதில்லை. இந்தப் பெண்களைக் கொத்திக்கொண்டு போக எந்த ராஜகுமாரன்களும் வரவில்லை. ஒருத்தர் வேலைக்குப் போனால் இன்னொருத்தர் நோயில் விழுந்துவிடுவார். அரைவயிற்றுச் சம்பாத்தியம்தான் அங்கே ஓடிக்கொண்டு இருந்திருக்கிறது. இப்படி யாராவது ஒருத்தர் வேலைக்குப் போவதன் வழியாக காலத்தை ஓட்டியிருக்கிறார்கள். கடைசிப் பையன் தலையெடுத்துவிட்டால் தப்பித்துவிடலாம் என கனவு கண்டு கொண்டிருந்தார்கள். அந்தக் கடைசிப் பையனைதான் காணவில்லை. எப்படியாவது கண்டுபிடித்துக் கொடுங்கள் என்று ஆரம்பத்தில் தொலைபேசி செய்தபோது சொன்னார்கள். அப்புறமே அந்த விசித்திரமான காரணத்தைச் சொன்னார்கள்.

அந்தக் குடும்பத்தில் கடந்த நான்கு வருடங்களாக தொடர்ச்சியாக ஜூன் மாதம் ஆட்கள் செத்துப் போய்க் கொண்டிருப்பதாகச் சொன்னார்கள். இதென்ன பைத்தியக்காரத்தனம் என அதை நான் நம்பவே இல்லை. அக்கம் பக்கத்து வீடுகளில் விசாரித்தால் எல்லோரும் அதை உண்மையென்றே சொன்னார்கள். தங்கள் குடும்பத்தைப் பிடித்த பாவம்தான் இப்படியெல்லாம் ஆட்டுவிக்கிறது என்றார்கள். எல்லோரையும் சென்னைக்கு வரச் சொல்லிவிட்டு அங்கிருந்து கிளம்பினேன். அடுத்த வேளைச் சாப்பாட்டிற்கே அடுத்த

அக்கா வேலைக்குப் போய்விட்டு வந்தால்தான் உண்டு என்றதும் எல்லோருக்குமான பேருந்துக் கட்டணத்திற்கும் சாப்பாட்டிற்கும் காசு கொடுத்துவிட்டுக் கிளம்பி வந்தேன்.

இரண்டு நாட்களாவது அவர்கள் தங்கி உண்டு உறங்கட்டும் என அவர்களைத் தொந்தரவு செய்யாமல் விடுதியில் தங்க வைத்திருந்தோம். கொஞ்சம் எல்லோரும் தெளிந்த பிறகு தனித் தனியாக அவர்களிடம் பேசியபோது, இந்தக் கதையைச் சொல்லி வைத்தது மாதிரி ஒரே மாதிரியாகவே சொன்னார்கள். தெரிந்த மருத்துவர்கள் சிலரை வரவழைத்து அவர்களைப் பரிசோதித்தபோது, அவர்களுக்கு பயப்படும்படியாக எந்த வியாதிகளும் இல்லை என்றார்கள். சத்துக் குறைபாட்டால்தான் அவர்கள் நோஞ்சான்களாக இருப்பதாகச் சொன்னார்கள். நன்றாகச் சாப்பிட்டால் அதுகூட சரியாகிவிடும் என்றார்கள். அவர்களது நம்பிக்கைக்காக இருக்கட்டுமே என இஸ்லாமிய சாமியாடி ஒருத்தரை வரவழைத்தோம். அவர் அவர்களை விடாத சாபம் ஒன்று தொடர்வதாகச் சொன்னார். அவர்கள் வீட்டுக்குப் பின்புறம் அந்தச் சாபம் நாள் பார்த்துக் காத்திருப்பதாகவும் அதுதான் வருடா வருடம் சரியான மாதத்தில் வந்து எல்லோரையும் கொத்திக் கொண்டு போவதாகவும் சொன்னார். அது உருவில் இருக்குமா? வடிவில் இருக்குமா? அல்லது இவர்களின் எண்ணங்களில் இருக்குமா? 'உனக்கு அப்படியென்னதான் இந்தக் குடும்பம் பண்ணிவிட்டது' என அந்தச் சாபத்தை நேருக்கு நேர் பார்த்தால் கேட்கத் தோன்றியது. சாபமே வலிய வந்து இவர்கள் சோற்றில் மண்ணை அள்ளிப் போட்டுக் கொண்டிருந்தது.

அந்த நான்கு பேரும் எப்படிச் செத்தார்கள் என்றபோது, இரவு படுத்தவர்கள், காலையில் எழுந்திருக்கவில்லை என்றார்கள். போஸ்ட்மார்டம் செய்து பார்த்தீர்களா என்றபோது, அதெல்லாம் எங்கள் வழக்கமுமில்லை, பழக்கமும் இல்லை என்றார்கள். ஊரில் அருகில் இருப்பவர்கள் எல்லாம் இவர்களுடைய சொந்தக்காரர்கள் என்பதால் யாரும் சாவு குறித்து ஆட்சேபிக்கவில்லை. தவிர இவர்களின் சாவு ஒன்றும் அந்தப் பகுதியில் மதிக்கத்தக்க சாவும் இல்லை. ஏழைகள் என்கிற பதத்திற்கும் கீழே வாழ்பவர்கள் செத்தால் தூக்கிப் புதைக்க மட்டுமே சில நல்ல உள்ளங்கள் முன்வருகிறார்கள் என்பதும் புரிந்தது. அதை மட்டும் அந்தப் பகுதியில் இருக்கிற அவர்களது சொந்தங்கள் வருடம் தவறாமல் செய்துவிடுகிறார்கள்.

இதுவரை மிகச் சரியாக அந்த மாதத்தில் நான்கு பெண்கள் செத்துப் போயிருக்கிறார்கள். செத்துப் போன மூத்த பெண்ணிற்கே ஐம்பது வயது என்றார்கள். அடுத்த மூன்று பெண்களின் வயதெல்லாம்

தெரியவில்லை. நாள் வருடக் கணக்கெல்லாம் மறந்து போய் விட்டது அவர்களுக்கு. நலிந்தோர்களுக்கென்ன நாளும் கோளும்? எல்லாவற்றையும் குத்துமதிப்பாகவே சொன்னார்கள். வயது குறைந்த பெண்கள்தான் அவர்கள். வறுமை வாட்டியெடுத்து வெகுசீக்கிரமே வயதாக்கிவிட்டது. எல்லோருக்குமே மருந்திற்கும் கூட உடலில் சதையில்லை. அடுத்திருக்கிற மூன்று பெண்கள் மரண பயத்தில் நடுங்கிக் கொண்டிருந்தார்கள். வெளியில் இருந்து ஆயிரம் சொல்லலாம். ஆனால் மரணத்தைப் பக்கத்தில் பார்த்தவர்களிடம் என்ன சொன்னாலும் ஏறாது. வந்த சாமியாரும் மிரட்டிவிட்டுச் சென்றிருக்கிறார் என்கிறபோது வேறு என்னதான் செய்வது?

மனநல மருத்துவரை அழைத்து வந்து காட்டினோம். அவர் நடந்த சாவுகள் அனைத்தும் தற்செயலானவைகளாகக்கூட இருக்கலாம் என்று அவர்களுக்கு விளக்கினார். இயற்கைச் சாவுகளா அவை என எங்களிடம் கேட்டார். அப்படிதான் ஊரில் எல்லோரும் பேசிக் கொள்கிறார்கள் என்றோம் அவரிடம். ஒருநாள் முழுக்க எல்லோருக்கும் கவுன்சிலிங் கொடுத்தார் அந்த மருத்துவர். கொஞ்சம் தெளிந்த மாதிரி எல்லோரும் ஆனார்கள். வயதான அந்தப் பெரியம்மா எதற்கும் அசையாமல் சிலை மாதிரி கேட்டுக்கொண்டு அமர்ந்திருந்தது. அடுத்த மாதத்திற்கான மளிகைச் சாமான்களுக்கான காசைக் கொடுத்து எல்லோரையும் வழியனுப்பி வைத்தோம்.

வேறொரு வேலை சம்பந்தமாக சேலத்திற்குப் போனபோது மறுபடியும் அவர்களைப் போய்ப் பார்க்கலாம் என்று தோன்றியது. தெருவிற்குள் நுழைந்தபோதே அடையாளம் கண்டுகொண்டு உள்ளூர்க்காரர்கள் வரவேற்றார்கள். அந்த வீட்டில் மிச்சமிருந்த பெண்கள் கொஞ்சம் நம்பிக்கை வந்ததுபோல தென்பட்டதைப் பார்க்கையில் மகிழ்ச்சியாகவே இருந்தது. ஆனாலும் மரணபயம் அவர்களது இமைகளில் சீலைப் பேன்கள்போல ஒட்டிக் கொண்டிருந்தது. என் தம்பியை மட்டும் கண்டுபிடித்துக் கொடுத்து விட்டால் பிழைத்து விடுவோம் என கெஞ்சினார்கள். சரியென்று சொல்லிவிட்டு கொஞ்சம் காசைக் கொடுத்துவிட்டு நகர்ந்தேன். அந்தத் தம்பியைத் தேடிப் போனால் என்ன?

கொஞ்சம் நூல் பிடித்து அவனது நண்பர்கள் பலரிடம் விசாரித்ததில் ஒருத்தர் மட்டும் அவன் திருப்பூரில் இருப்பதாகச் சொன்னார். அவ்வளவு பெரிய திருப்பூரில் அவனை எப்படிக் கண்டுபிடிப்பது? பனியன் கம்பெனியில் வேலை பார்ப்பதாகச் சொன்னார்கள். நம்பிக்கை இல்லாமல்தான் துப்புக் கொடுத்த அந்தப் பையனையும் அழைத்துக்கொண்டு நாங்கள் கிளம்பிப் போனோம். ஐந்து நாட்கள்

தெருத் தெருவாக, ஒவ்வொரு பனியன் கம்பெனியாக ஏறி இறங்கினோம். அவனைக் கண்டுபிடிக்க முடியவில்லை. தற்செயலாக பூங்கா ஒன்றிற்கு பக்கமாக நின்று கொண்டிருந்தபோது, 'அதோ இப்ராஹிம்' என கூவினான் உடன் வந்த பையன். பல நேரங்களில் தற்செயல்கள் வாழவும் வைத்துவிடுகின்றன. பெருமூச்சு விட்டபடி அவனை நோக்கிப் போனோம். என்னுடன் வந்த துப்புக் கொடுத்த தம்பியைப் பார்த்ததும் அவன் தப்பித்து ஓட விழைந்தான்.

தடுத்து நிறுத்திச் சமாதானப்படுத்தி அவனிடம் பேச்சுக் கொடுக்க ஆரம்பித்தோம். நடந்த சாவுகள் எல்லாமும் தற்செயலானவை. நீ பயப்படத் தேவையில்லை என்று சொல்லிவிட்டு மருத்துவர்கள் சொன்னதை எல்லாம் விளக்கினோம். அவன் இல்லாததால் அவன் குடும்பம் படும் கஷ்டங்களை எடுத்துச் சொன்னோம். 'மரண பயமெல்லாம் இல்லண்ணே, நானே எப்படி அவங்களை விட்டுக் கிளம்பறதுன்னு யோசிச்சிக்கிட்டு இருந்தேன். இது ஒரு காரணமா அமைஞ்சிட்டு' என்றவனிடம் அவனது அக்காக்கள் படும் துயர்களை விளக்கியபோது, 'அதெல்லாம் சாபமெல்லாம் இல்லண்ணே. கொஞ்சம் காசு சேர்த்துட்டு அங்க வந்தா வர்ற ஜூன் மாசம் எங்க வீட்டில சாவு விழாது. நான் இங்க இருக்கறது தெரிஞ்சா வேலை பார்க்க விடமாட்டாங்க. வந்து கூப்ட்டு போகதான் ட்ரை பண்ணுவாங்க' என்றான்.

அவன் அதைச் சொன்னபோது, அதன் முழு அர்த்தம் எனக்கு விளங்கவில்லை. அவன் ஏதோ ஒரு விஷயத்தை இந்த நான்கு வரிகளுக்குள் புதைத்து வைத்திருக்கிறான் என்று பட்டது. நான் அவனது கண்களைக் கூர்மையாகப் பார்த்தபடி கைகளைக் கட்டியாகப் பிடித்துக்கொண்டேன். அழுகை முட்டிக்கொண்டு வந்தது அவனுக்கு. அழட்டும் என அமைதியாகக் காத்திருந்தேன். ஏதோ சொல்ல வருகிறான் என்பது தெரிந்ததால், துப்புக் கொடுத்த பையனை தூரமாக அழைத்துக்கொண்டு போகச் சொன்னேன். அவன் மெதுவான குரலில் சொன்ன விஷயத்தைக் கேட்டபோது என் இதயமே வெடிக்கும் அளவிற்கு வலி வந்து போனது. 'நானும் சாபம்னுதாண்ணே முதல்ல நினைச்சுக்கிட்டு இருந்தேன். ஆனால் நாலாவது அக்கா சாகறதுக்கு முதல்நாள் எங்கம்மா நைட்டு சோத்தில எதையோ கலக்கற மாதிரி தெரிஞ்சது. என்னமோ ஏதோன்னு விட்டுட்டேன். மறுநாள் காலையில அக்கா செத்துப் போன பிறகுதான் புரிஞ்சது' என்றான்.

அவன் பொய் சொல்கிறானோ என்றுகூட எனக்குத் தோன்றியது. அதை அவனிடம் சொல்லவும் செய்தேன். 'பொய்யாவே

இருக்கட்டும்ணே. தேடி வந்துருக்கீங்க. ஏதாவது உங்கட்ட சொல்லணும்ல. நான் திரும்பப் போய் சாபம் என்னைக் கொன்னுருச்சின்னா நீங்களா வந்து உயிரை திரும்பக் கொடுப்பீங்க?' என்று சொன்ன அந்தப் பையன் இப்போது அவனது குடும்ப வழக்கப்படி அல்லாமல் கொஞ்சம் பூசினாற்போல தெரிந்தான். 'உண்மையைச் சொல். கண்டிப்பாக வீட்டிற்குத் திரும்புவாயா?' என்று என் கைப்பிடியை அவனது கைகளில் இருந்து விலக்காமல் கேட்டேன். 'அல்லாஹ் சத்தியமாக' என்றான். ஒரு பிப்ரவரி மாதத்து இளவெய்யிலின்போது இந்தச் சத்தியத்தைச் செய்தான். விடாமல் துரத்தும் சாபத்தை அவன் இனம் கண்டு கொண்டான். அதிலிருந்து தப்பிக்கும் வித்தை அவனுக்குக் கைகூடிவந்துவிட்டது. வரப் போகும் ஜூன் மாதத்தை அவனுடைய சத்தியம் காப்பாற்றித் தரும். அதை அவன் கண்களில் பார்த்தேன். அந்த வீட்டைச் சித்திரமாக்கி முன்னால் கொண்டுவந்தபோது, வீட்டிற்குப் பின்புறமுள்ள சாக்கடைக்கு அருகில் நீண்டு வளர்ந்திருக்கிற தூங்குமூஞ்சி மரத்தில் அந்தச் சாபம் தலைகீழாகத் தொங்கிக் கொண்டிருக்கிற காட்சி தெரிந்தது. அதற்கு இயலாமையைத் தயிர் மாதிரித் தாளித்துப் போட்ட சோறு என்றுகூட பெயர் வைக்கலாம்.

8

'**எ**ங்களுக்காக அனல் மேலே பனித்துளி பாடலைப் பாடமுடியுமா?'
என்று சமாதானப்படுத்தும் விதமாக அந்தப் பெண்ணை நோக்கிக்
கேட்டேன். சுருங்கி விரியும் சூரியகாந்திப் பூபோல அந்த வட்ட
முகமெல்லாம் மலர்ந்துவிட்டது அவருக்கு. மனம் விட்டுச் சிரித்தார்.
கேரளாவிற்கென்றே இருக்கிற பிரத்யேக அழகு அந்தச் சிரிப்பிலும்
தெரிந்தது. அச்சர சுத்தமாக அந்தப் பாடலை எங்களுக்காகப் பாடினார்.
எல்லோரையுமே நெகிழ்வான புள்ளியில் கொண்டுபோய் நிறுத்தினார்.
ஆனால் அவருக்கு முன்னால் அமர்ந்திருந்த அவருடைய கணவர் தன்
வாழ்நாளின் நிச்சயமில்லாத அடுத்த நிமிடங்கள் குறித்துச்
சிந்தித்தபடி அமர்ந்திருந்தார். அந்தப் பெண் அலுவலகம் ஒன்றில்
வேலை பார்த்தபடி தனியாக சினிமாவில் பாடுவதற்கு வாய்ப்புத்
தேடிக் கொண்டிருந்தார். மடி நிறைய என்று சொல்லாவிட்டாலும்
கைநிறைய என்பது மாதிரி அந்த வேலையின் வழியாகப் பணம்
கிடைத்துக் கொண்டிருந்தது. அந்தப் பாடகர் வேலையை விட்டு
விட்டு முழுநேரமாக சினிமா வாய்ப்புத் தேடிக் கொண்டிருந்தார்.
அந்தப் பெண்ணின் வருமானத்தில்தான் குடும்பம் ஓடிக்
கொண்டிருந்தது. இரண்டு தரப்பினரையுமே பெரிய வசதி படைத்த
குடும்பம் என்று சொல்லிவிட முடியாது. கைக்கும் வாய்க்குமாகதான்
ஓடிக் கொண்டிருந்தது வாழ்க்கை.

இருவருக்கும் காதல் திருமணம். பாடல் வகுப்பில் ஒன்றில் சந்தித்துக்
கொண்டதாகச் சொன்னார்கள். இரண்டு குடும்பங்களுமே வழக்கம்
போல காதலை எதிர்த்திருக்கின்றனர். ஒரே ஊர், ஒரே சாதி என்றாலே

எதிர்ப்பார்கள். இன்னொரு மாநிலத்தைச் சேர்ந்த, அதுவும் தமிழ்நாட்டைச் சேர்ந்த மணமகன் என்றால் சும்மா இருப்பார்களா? மூக்கு புடைத்த மாதிரி இருக்கிறது என்றெல்லாம் மறுக்கிற காலகட்டத்தில் இதெல்லாம் சகஜம்தானே? இயல்பாகவே பெண்ணின் பெற்றோர் தங்களது மருமகனை விரோதியைப்போல தான் பாவித்துக் கொண்டிருந்தனர். எனக்கு இவர் வேண்டாம் என்று ஒற்றை வார்த்தையில் மறுத்தார் அந்தப் பெண். என்ன காரணம் என்று கேட்டபோது, அவர் அதையெல்லாம் சொல்லி என்ன ஆகப் போகிறது என்று அதையும் ஒருவரியில் கடந்துவிட்டார். பிரிவு என்று வரும்போது சாணியடிக்கிற மாதிரி ஆயிரம் காரணங்கள் சொல்லும் உலகத்தில் இந்த விஷயத்தில் அவர் தனித்துத் தெரிந்தார். நாகரிகமாக ஒரு உலகத்தில் இருந்து துண்டித்துக்கொண்டு இன்னொரு உலகத்திற்குப் பறக்க நினைத்தார் அவர்.

பெண்ணின் தரப்பில் அவரது பெற்றோர்களே இல்லாத குற்றச்சாட்டு களை எல்லாம் சொல்லிக் கொண்டிருந்தனர். அப்படியான குற்றச்சாட்டுகளை எழுப்பும்போதுகூட அந்தப் பெண் கையைக் காட்டி சொல்லாதே என தடுத்துக் கொண்டிருந்தார். அவனுக்குக் குடிப்பழக்கம் உண்டு என்றனர். குரலுக்காக நான் எதையும் செய்வேன். குடி எனக்கு அறவே ஆகாது என்றார் மருமகன். பாடல் வகுப்பில் அவருக்கு இன்னொரு தொடர்பு என்றனர். அதையும் மறுத்தார் அவர். அந்தப் பெண்ணும் முந்திக்கொண்டு, அவருக்கு அப்படியெல்லாம் தொடர்புகள் ஏதும் இல்லை என்றார். பையனின் பெற்றோர், ஆரம்பத்திலேயே இது செட்டாகாதுன்னு சொன்னோம்ல என்றார்கள் பையனைப் பார்த்து.

இருவருமே மனம் விட்டுப் பேச மறுத்துவிட்டனர். எதுவாக இருந்தாலும் நான் நீதிமன்றத்திற்குப் போய்த் தீர்த்துக் கொள்கிறேன் என்று சொல்லிவிட்டார் அந்தப் பெண். கடைசி ஆயுதமாக அவர்களுக்குப் பிறந்த மூன்று வயதுப் பையனை பெண்ணோடு விடமாட்டேன் என்று சொன்னார்கள். அந்தப் பெண் அலட்டிக் கொள்ளவேயில்லை. 'கஷ்டப்பட்டு வளர்த்த பிறகு ஒருநாள் எங்கப்பன பாக்கணும்னு அவன் போகத்தான் செய்வான்' என்று சொல்லிவிட்டு வைத்துக் கொள்ளுங்கள் என்றார். கடைசியாய் ஒருதடவை மட்டும் என் பையனை என்னிடம் கொடுக்கச் சொல்லுங்கள் என்றபோது, முடியாது என்று மறுத்தவர்களைச் சமாதானப்படுத்திக் குழந்தையைக் கொண்டுவந்து தரச் சொன்னோம். அந்தக் குழந்தையைக் கையில் ஏந்திக் கொண்டுதான் அந்தப் பாடலை எங்களுக்காகப் பாடிக் காட்டினார். இந்தப் பாடலைப் பாடி முடிப்பதற்குள் அவன் தூங்கிவிடுவான் என்றார் சிரித்துக்கொண்டே.

அவர் சொன்ன மாதிரியே பாடி முடிப்பதற்குள் அந்த அழகுக் குட்டிச் செல்லம் மடியில் படுத்துத் தூங்கிவிட்டது. தூங்கின குழந்தையை தான் அவரது கணவரின் தரப்பினர் தூக்கிக்கொண்டு போனார்கள். அந்தக் குழந்தையின் தூக்கத்தில் உலவுகிற கனவில் இருக்கிற காட்சிகளையும் சேர்த்துத் தூக்கிச் சென்றதை அவர்கள் அறிய மாட்டார்கள்.

கடைசி வரை என்ன காரணத்திற்காகப் பிரிகிறோம் என்பதைச் சொல்லாமலேயே பிரிந்து போனதை நினைக்கையில் துக்கமாக இருந்தது. கடைசியாய் அந்தப் பெண் கிளம்பும்போது கேட்டபோது கூட, 'காரணம் என்னோடே போகட்டும்' என சிரித்துக்கொண்டே சொன்னார். அதற்கடுத்து அந்தப் பாடகர் நீதிமன்றத்தில் வழக்கு தொடுத்திருப்பதாக வந்து சொன்னார். மியூச்சுவல் என்பதால் அடுத்தாண்டே வழக்கு முடிந்து பிரிந்துவிட்டதாக வந்து சொன்னார். குழந்தையைப் பார்க்கிற உரிமையைக்கூட என் மனைவி கேட்கவில்லை என்று ஆழ்ந்த வருத்தத்துடன் சொன்னார். அவரை அமர வைத்து, ஏதாவது காரணம் சொல்லியிருப்பாரே என்றேன். நான் ஆண்மையில்லாதவன் என்று அவரது வழக்கறிஞர் மனுவில் குறிப்பிடச் சொன்னதாகச் சொல்லிவிட்டு அதற்கு வருத்தம் தெரிவித்தாள் என்றார். வழக்கமாகவே பிரிய வேண்டுமென்றால் இந்தப் பக்கமும் அந்தப் பக்கமும் கொஞ்சம் சகதியை அள்ளித் தெளித்துக் கொண்டால்தான் விவாகரத்து தருவார்கள். மனசு ஒத்துப் போகவில்லை என்று சொன்னால் கவுன்சிலிங் போகச் சொல்லிச் சாகடிப்பார்கள். திருமணத்தை ஐந்து நிமிடத்தில் முடித்துவிடலாம். விவாகரத்தை இழுத்து வைத்துதான் முடித்துத் தருவார்கள் என்பதால் அவர் சொன்ன கதை எனக்கு ஆச்சரியமாக இருக்கவில்லை. வழக்கு நடந்து முடிகிற வரை அவர் என்னிடம் ஒரு வார்த்தைகூட பேசவில்லை. குழந்தையையும் பார்க்க முயற்சிக்கவில்லை என்றார். நான் அந்தக் குழந்தைக்காக வருந்தினேன். இனி அனல் மேலே பனித்துளி என யார் பாடுவார்கள் அந்தக் குட்டிப் பையனுக்கு?

அதை நீங்கள் எதிர்த்திருக்கலாமே என்றேன். 'உடைந்த கண்ணாடியை இனி ஒட்ட வைக்க முடியாது என்பதால் நானும் ஆமாம் என்று சொல்லி விட்டுவிட்டேன். என் வீட்டிலும் அவளை…' என்றார். அந்தப் பெண்ணுடைய எண் கிடைக்குமா என்று கேட்டபோது, அவர் இங்கிருந்து கிளம்பிய அடுத்த நிமிடம் எல்லாவற்றையும் மாற்றிவிட்டார். அதற்கடுத்து நீதிமன்றத்தில்தான் அவரைப் பார்த்தேன் என்றார். தொடர்பு எல்லைக்கு வெகுதூரம் வெளியே சென்ற பிறகு எண்ணெல்லாம் ஒரு பொருட்டா என்ன? தனக்கு திருமணம் நிச்சயிக்கப்பட்டிருப்பதாக வந்து ஒருதடவை

சொன்னார். அந்தத் திருமணத்திற்குச் செல்ல நான் பிரியப்பட வில்லை. வாழ்த்துச் சொல்லி குறுஞ்செய்தி மட்டும் அனுப்பியிருந்தேன்.

இடையில் நண்பர் ஒருவருடைய பிறந்தநாள் விழாவிற்காக கிண்டி ரேஸ் கோர்ஸ் கிளப்பிற்குப் போயிருந்தேன். சுற்றிலும் குடியும் கும்மாளமுமாய்க் கொண்டாட்டங்கள் நடந்து கொண்டிருந்தன. அந்த இடத்தில் மருந்திற்கும் ஒரு பெண்கூட கிடையாது. குடிமகன்கள் நிறைந்த அந்த சபையைக் குதூகலப்படுத்த அந்த பிறந்தநாள் விழாவிற்கு ஆர்கெஸ்ட்ரா ஏற்பாடு பண்ணியிருந்தார்கள். என்னோடு அமர்ந்து குடித்துக் கொண்டிருந்த என்னோடு வேலை பார்த்த நண்பர், அந்தப் பெண்ணைத் தெரிகிறதா என சுட்டிக் காட்டினார். இருட்டிற்குள் இருந்தோம் நாங்கள். வெளிச்சத்தில் அவர் பாடிக் கொண்டிருந்தார். அங்கே பாடிக் கொண்டிருந்த பெண்ணைக் கொஞ்ச நேரம் வைத்த கண் வாங்காமல் பார்த்துக் கொண்டிருந்தபோது நினைவைப் பின்னோக்கி விரட்டிக் கொண்டிருந்தேன். ஞாபகத்தைப் பிறாண்டித் தோண்டியெடுத்தேன் அவரை.

அவரை நினைவிற்குக் கொண்டுவந்தபோது, சங்கடமாகிவிட்டது எனக்கு. சூரியகாந்திப் பூவின் கண்களில் மஞ்சள் மலர்ச்சியடங்கிக் கருவளையம் சூழ்ந்திருந்தது. நன்றாக ஞாபகம் இருக்கிறது என நண்பரை நோக்கிச் சொன்னேன். அந்தப்பெண் பார்த்தால் சங்கோஜமாக இருக்கும் என்று சொல்லிவிட்டு இருவரும் கிளம்பி இன்னொரு இடத்திற்கு நகர்ந்து போனோம், நாங்கள் வேறு வேலையில் மும்முரமாக இருந்தபோது என் முதுகை யாரோ தட்டுவதைப்போல உணர்ந்தேன். அந்தப் பெண்தான் தயக்கங்களை துப்பட்டாபோல போர்த்தி நின்று கொண்டிருந்தார். மரியாதை நிமித்தமாக உடனடியாக எழுந்தபோது தனியாகப் பேசலாமா என்றார்.

நாங்கள் இருவரும் அந்த அறையை விட்டு விலகி பின்புறம் இருந்த கேலரி நோக்கிப் போனோம். அவர் எப்படியிருக்கிறார் என்றார். நான் நடந்த கதையைச் சொன்னேன். திருமணம் ஆகிவிட்ட விஷயத்தை எனக்கும் அவருக்குமான பொது நண்பர்கள் சொன்னதாகச் சொன்னார். என்ன ஆனது உங்களது வாழ்க்கையில் என்று கேட்டேன். விவாகரத்து வாங்கிய இரண்டு மாதங்களில் அவருடைய அப்பா மறைந்து விட்டாராம். இவரும் அலுவலக வேலையை ராஜினாமா செய்துவிட்டு சினிமாவில் பாடப் போயிருக்கிறார். ஆரம்பத்தில் சில வாய்ப்புகள் கிடைத்திருக்கின்றன. அதற்கடுத்து வாய்ப்புகள் கிடைக்கவில்லை. ஒரே பெண் என்பதால் இவர் உழைத்துதான் அம்மாவைக் காப்பாற்றவேண்டிய நிர்ப்பந்தம்.

ஏன் திரும்பவும் பழைய அலுவலக வேலைக்கே போயிருக்கலாமே என்றேன். போனால் அசிங்கமாகிடும் என்றார். புரியவில்லை என்றதும் பலவீனமான சிரிப்பொன்றை என்னை நோக்கி உதிர்த்து விட்டுச் சொல்ல ஆரம்பித்தார். 'ஆர்கெஸ்ட்ராவில் பாடினேன் என்பது என் தோழிகளுக்குத் தெரிந்தால் அசிங்கமாகப் பேசுவார்கள். அவர்களது முகத்தில் விழிக்கப் பயந்துகொண்டுதான் இப்படி மறைந்து வாழ்கிறேன். என்னுடைய எண்ணை மாற்றிவிட்டேன். என் சம்பந்தப்பட்டவர்கள் யாருடனும் எனக்கு இப்போது தொடர்பு இல்லை. நான் ஒரு தனி உலகத்தில் என் அம்மாவோடு வாழ்ந்து கொண்டிருக்கிறேன். ஆர்கெஸ்ட்ராவில் பாடுவதன் வழியாக நிம்மதியாகச் சாப்பிட முடிகிறது' என்று சொல்லிவிட்டு முகத்தைப் பொத்திக்கொண்டு அழுதார்.

நான் அவரைத் தேற்றும்விதமாக ஆர்கெஸ்ட்ராவில் பாடுவது அப்படியொரு அசிங்கமா என்ன என்று கேட்டேன். 'இல்லை. நிச்சயமாக அசிங்கம் இல்லை. ஆனால் அப்படி ஒரு அசிங்கம் பிடித்த வேலையை நான் செய்தேன் என்பதற்காக என் தோழிகள் முகத்தை பார்க்க அஞ்சுகிறேன்' என்றார். எனக்கு அவர் சொன்னது சுத்தமாகப் புரியவில்லை. ஆனாலும் அவரைப் பேசவிட்டுக் கேட்டுக் கொண்டிருந்தேன். எனக்கு அவர் சொன்ன அர்த்தம் புரியவில்லை என்பதை அவரும் உணர்ந்துகொண்டார். 'நீங்கள் அடிக்கடி என் கணவரை விட்டுப் பிரிந்ததற்கு காரணம் கேட்டீர்களே, உண்மையான காரணத்தை இப்போது சொல்லவா...' என்றார். அவரது சோகங்களை உள்வாங்கிக் கொண்டிருக்கும் மனநிலையைத் தாண்டி காரணம் அறியும் ஆவல் எட்டிப் பார்த்தது.

'என்னுடைய தோழி ஒருத்தி ஒரு பார்ட்டிக்குப் போய்விட்டு வந்து என் கணவர் ஆர்கெஸ்ட்ராவில் பாடுவதாகக் கேலியாகச் சொன்னார். எனக்கு அதைக் கேட்டபோது அசிங்கமாக இருந்தது. உண்மையிலேயே அப்போது அந்தத் தொழில் குறித்து எனக்கு அந்த எண்ணம்தான் இருந்தது. அவரை அதற்கடுத்து பார்க்கும்போது வெறுப்பு மண்டி பிடிக்காமல் போய்விட்டது. ஏதோ அசூயை வந்து எனக்குள் ஒட்டிக் கொண்டது' என்று அவர் சொன்னபோது எனக்குக் கோபம் வந்தது.

அதை அடக்கிக்கொண்டு அதற்காகவா உறவை முறித்தீர்கள் என்றேன். 'ஆமாம், என் அம்மா அப்பாவிடம் இந்த விஷயத்தைச் சொன்னபோது அதைப் பூதாகரமாக அவர்கள் ஊதிப் பெருக்கி விட்டார்கள். தினமும் அதைப் பற்றியே கேவலமாகப் பேசி அவரைப் பிரியும் மனநிலைக்கு என்னைத் தள்ளி விட்டுவிட்டனர்' என்றார். அதை அவரிடமே சொல்லி நிறுத்தியிருக்கலாமே என்றேன். 'நான்

அப்போது இதைவிட ரொம்ப சின்னப் பெண் என்பதால் என்னுடைய ஆணவம் கண்ணை மறைத்துவிட்டது. அவர் மீதான ஆர்வம் எனக்குப் போய்விட்டது. அவரிடமிருந்து விலகி இன்னொரு வாழ்க்கைக்கு நகர்ந்துவிடலாம் என்கிற எண்ணம் வந்துவிட்டது' என்று சொல்லிவிட்டு கண்களைத் துடைத்துக்கொண்டார்.

'உங்களுடைய அம்மா என்ன சொன்னார்?' 'என்னைவிட அவர்தான் இதை நினைத்து உடைந்து போய்விட்டார்' என்று சொன்னபோது எனக்கு பதிலுக்கு என்ன சொல்வது என்று விளங்கவில்லை. அதற்கடுத்து அவரிடம் பேசுவதற்கு எனக்கு மனநிலை கூடி வரவில்லை. 'உண்மையைதான் சொல்கிறீர்களா? அல்லது வேறு ஏதேனும் காரணம் இருக்கிறதா?' என்று கேட்டபோது, இல்லை யென்று தலையை அசைத்துச் சிரித்தார். அதே பழைய சிரிப்பு. வாழ்விலும் தாழ்விலும் கூடவே வருகிற கையறுநிலை சிரிப்பு அது என புரிந்துகொண்டேன். என்னால் ஒருபோதும் அப்படிச் சிரிக்க முடியாது என்பதும் உறைத்தது.

நான் கிளம்புகிறேன் என்று சொன்னபோது, என் கையை உரிமையாய்ப் பிடித்து இழுத்துக்கொண்டு அந்த ஆர்கெஸ்ட்ரா மேடைக்குக் கீழே கொண்டுபோய் அமர வைத்தார். எனக்காக அந்தப் பாடலைப் பாட ஆரம்பித்தார். 'அனல் மேலே பனித்துளி... அலைபாயும் ஒரு கிளி. மரம்தேடும் மழைத் துளி...' அவ்வளவுநாள் அழகாகக் காட்டிய முகம் பார்க்கிற கண்ணாடி உடைவதற்கு பெரிய பாறாங்கற்களெல்லாம் தேவையே இல்லை. மணல் துகளை யொத்தது என ஏளனம் கொள்ளும்படியான சிறுகல்கூட போதும். உடைசல் என்பது வந்து மோதும் எதிர்பாராத கூர்மையான வேகத்தைப் பொறுத்தது. நான் அந்தக் குட்டிப் பையன் தூங்கியதைப்போல எல்லாவற்றையும் மறந்து தூங்க விரும்பினேன்.

௭

'**கொ**ஞ்சம் ஒருகை பிடிங்க' என காவல்துறையைச் சேர்ந்தவர் சொன்னவுடன் எதையும் யோசிக்காமல், அந்தச் சாக்கு மூட்டையைக் கையில் பிடித்துவிட்டேன். பல ஆண்டுகாலம் தண்ணீரே பார்க்காத, மேல் மாடிப் படிக்கட்டிற்கு அடியில் இருந்த தண்ணீர்த் தொட்டியினுள் அந்த மூட்டை கிடந்தது. தண்ணீர்த் தொட்டிக்குள் தற்செயலாக விளக்கு வெளிச்சத்தை அடித்துப் பார்த்தபோது அந்த மூட்டை கிடப்பதைப் பார்த்தார்கள். தொட்டுத் தூக்கிய பிறகு இருளில் இருந்து விலகி வந்து மேகக் கூட்டங்களை மீறி வாசலில் வந்து விழுந்த வெளிச்சத்தில் பார்த்தபோது கைகளில் பிசுபிசுப்பாக ரத்தத்தை உணர்ந்தவுடன் தலைசுற்றி விட்டது எனக்கு. அதற்கு முன்பு கொலைகள் சிலவற்றை என் சின்ன வயதில் பார்த்திருக்கிறேன். ஆனால் மனித ரத்தத்தைக் கையில் ஏந்தியதே இல்லை.

அந்த வாடை என் கைகளில் அதற்கடுத்த பத்து நாட்கள் இருந்த மாதிரியே தோன்றிக் கொண்டிருந்தது. சாப்பிடப் பிடிக்கவில்லை. இரவெல்லாம் என்னைச் சுற்றி ரத்த வாடை அடர்த்தியாக இருந்த படியே இருக்கும். அதைப் போக்குவதற்காக உடனடியாக ஏற்றி வைத்த ஊதுபத்திப் புகை மண்டிய அறைக்குள் படுத்துக் கிடப்பதைப் போல தோன்றும். என்னைச் சுற்றிலும் சாமந்திப்பூ மணம் கமழ்ந்து கொண்டிருக்கும். குடித்தால்தான் தூக்கமே வரும். எதற்காக மயான அறைப் பணியாளர்கள் குடித்தபடியே இருக்கிறார்கள் என்பதற்கான, நியாயமான அர்த்தம் புரிந்தது. அந்த ரத்தத்திற்குச் சொந்தக்காரன் பதினொரு வயதுச் சிறுவன். யானைக் கவுனியில் இருந்தது அந்தச் சிறிய தோல் பைகள் தைக்கும் தொழிற்சாலை. அதை நடத்திக் கொண்டிருந்தவர் ஒரு பீகாரி. தொழிற்சாலை என்றால் பெரியள விற்கான கற்பனைகள் வரலாம். அந்த இடம் அப்படியானதில்லை.

தோல்களை வெட்டித் தைக்க மூன்று மிஷின்கள். மூன்று அறைகள். ஒரு வராண்டா. அந்தச் சின்ன வீட்டிற்குள்தான் எல்லோரும் புழங்கிக் கொண்டிருந்தார்கள்.

சென்னையிலேயே பல வருடங்களாகத் தொழில் பார்த்ததால் நன்றாகத் தமிழ் பேசத் தெரிந்திருந்தது அவருக்கு. பிழைக்க வந்த இடத்தில் தேவைக்கு அதிகமானவைகளையும் கற்றுக்கொண்டார் அவர். அந்த தொழிற்சாலையில் பீகாரில் இருந்து பதினாறு வயது மதிக்கத்தக்க சின்னப் பையன் ஒருத்தனையும் வேலைக்கு அமர்த்தி யிருந்தார். அங்கேயே தங்கிச் சாப்பிட்டு வேலை பார்த்துக் கொண்டிருந்தான் அந்தப் பையன். ஊரிலிருந்து விடுமுறைக்காக அந்தத் தொழிற்சாலையின் உரிமையாளரின் மகனான அந்தச் சிறுவன் வந்திருக்கிறான். அவனை அவனுடைய சொந்தக்காரர்களின் பாதுகாப்பில் சென்னைக்கு ரயிலேற்றி அனுப்பி வந்திருக்கிறார்கள். அந்தச் சிறுவனை அவனை விட வயதில் மூத்த அந்தப் பையன் மெரீனா பீச்சிற்கு அழைத்துப் போயிருக்கிறான். வண்டலூர் மிருகக் காட்சி சாலைக்கு அழைத்துப் போய்க் காட்டியிருக்கிறான்.

அடுத்த இரண்டு நாட்களில் அவன் ஊருக்குத் திரும்பக் கிளம்ப வேண்டும். அவனுடைய அப்பா சரக்கை பாரிமுனையில் டெலிவரி செய்து வைத்துவிட்டுத் திரும்பி வந்து பார்த்தபோது பையனைக் காணவில்லை. ஊரெல்லாம் தேடியிருக்கிறார்கள். காணவில்லை என்று போஸ்டர் அடித்து ஒட்டி எல்லோரும் சேர்ந்து தேடியிருக் கிறார்கள். எங்கேயும் கண்டுபிடிக்க முடியவில்லை. ஐந்து நாட்கள் கழித்து வீட்டினுள் இருந்து துர்நாற்றம் வந்தவுடன் காவல்துறைக்குத் தொலைபேசி செய்து அவர்கள் வந்திருக்கிறார்கள்.

அந்த மூட்டையைத் தூக்கும்போதுதான் அணில் பிள்ளை அள்ளிப் போட்ட சிறுகை மணலாய் என் கையும் அப்பணியில் சேர்ந்து கொண்டது. ராயப்பேட்டை மருத்துவமனைக்கு எடுத்துப்போய் போஸ்ட் மார்ட்டம் செய்து முடிக்கிற வரை நானும் உடனிருந்தேன். வெள்ளை நிறத் துணிப் பொதியைக் கையில் கொடுத்தார்கள். அந்தத் துணிப் பொதிக்குக் குங்குமம் வைத்து சாமந்திப்பூ மாலையை ஊக்கு கொண்டு கட்டினார்கள். இரண்டு நாட்கள் கழித்து அந்த உரிமை யாளருக்கு வேண்டிய வழக்கறிஞர் ஒருத்தர் அழைத்து, ‘அக்யூஸ்ட்ட கண்டுபிடிச்சிட்டாங்க, யானைக்கவுனி ஸ்டேஷன்ல வச்சுருக்காங்க’ என்றார். யார் அது என்கிற ஆர்வத்தில் பதறியடித்துக்கொண்டு ஓடினேன். பழைமையான அந்தக் கட்டடத்தின் பின்புறத்தில் ஒரு விலங்கைக் கட்டிப் போடுவதைப்போல அந்த பீகார் பையனைக் கட்டிப் போட்டிருந்தார்கள்.

திருச்செந்தூர் கோயிலில் இப்படிதான் நீளமான சங்கிலி கொண்டு யானையைக் கட்டிப் போட்டிருப்பார்கள். அந்தச் சங்கிலி நீளம் வரை

அதனால் நடந்து போய்த் திரும்பி வர முடியும். ஆனால் அந்தப் பையன் சங்கிலி கட்டப்பட்ட நிலையில் குப்புறப் படுத்துக் கிடந்தான். முதுகில் லத்தியை வைத்துத் தட்டியபோது, தலையைத் தூக்கிப் பார்த்தான். விஷமில்லாத, ஆனால் விஷம் என்று கருதி அடித்துத் துவைத்த சாரைப் பாம்பு தலையைத் தூக்கிப் பார்ப்பது போல இருந்தது. எங்களை அவனுடன் பேச அனுமதிக்கவில்லை. அவன் பேசினாலும் அவன் பேசுவது எனக்குப் புரியவும் புரியாது. நான் பேசுவது வேண்டுமானால் அவனுக்கு இவ்வளவு நாள் சென்னை பழக்கத்தில் புரியக்கூடும். எல்லைகள் கடந்த எளியவர் களுக்கான உலக மொழியில் பேசத் துவங்கினோம்.

அந்தப் பையனிடம் என்ன நடந்தது என சைகையில் கேட்டேன். வயிற்றைத் தட்டித் தட்டிக் காண்பித்தான். அப்புறம் தலையைக் குனிந்து கொண்டான். 'மூர்க்கமா இருக்கான். பக்கத்தில போயிராதீங்க' என்றார் காவலாளி ஒருத்தர். 'என்ன சார் சொல்றீங்க...' என்று சொல்லிவிட்டு, அவன் பக்கத்தில் அமர்ந்து 'என்ன நடந்துச்சு பயப்படாமல் சொல்லு' என்று சொல்லிவிட்டு நெஞ்சைத் தொட்டுக் காண்பித்தபோது, அவன் மறுபடியும் வயிற்றைத் தட்டிக் காண்பித்து விட்டு தலையைக் குனிந்து கொண்டான்.

அதற்கு மேல் அவனை என்னிடம் பேச அனுமதிக்கவில்லை. உயரதிகாரிகள் வந்து கொண்டிருக்கிறார்கள் என்று சொல்லி அப்புறப் படுத்தி விட்டார்கள். மாட்டிற்குப் பல்லைப் பிடித்து எண்ணுகிற மாதிரி தூரத்தில் அவனை வாயைத் திறக்கச் சொல்லி எண்ணிக் கொண்டிருந்தார்கள். எதற்காக அப்படிச் செய்கிறார்கள் என்றபோது, 'வயசுக்கு ஒரு ப்ரூஃபும் இல்லை. சிறுவர் சீர்திருத்தப் பள்ளியில போடறதுக்கெல்லாம் ஏகப்பட்ட ஃபார்மாலிட்டிஸ். பத்தொன்பது வயசுன்னு சொல்லி பெரிய சிறையிலதான் போடப் போறோம். அதுக்கான ஃபார்மாலிட்டிஸ்தான் அது' என்று காதைக் கடித்தார் குடும்பம் பிள்ளை குட்டிகள் கொண்ட மூத்த காக்கி ஒருத்தர்.

காவல்துறை சார்பில் கொலைக்கான காரணமாகச் சொன்ன கதை இது. அந்தச் சின்னப் பையன் சிக்கன் தந்தூரி சாப்பிட்டுக் கொண்டிருந்திருக்கிறான். இந்தப் பையன் அதை எடுத்து சாப்பிட முயற்சி செய்திருக்கிறான். உரிமையாளரின் மகன் மறுத்துவிட்டு, அவனுடைய அம்மாவைக் குறிவைத்து அசிங்கமான வார்த்தை யொன்றை உதிர்த்துவிட்டானாம். கோபமான பெரிய பையன் ஓங்கி அவனது வயிற்றில் மிதித்ததில் செத்துப் போய்விட்டான். பயந்து போய் சாக்கில் அவனை மூட்டையாகக் கட்டி தொட்டிக்குள் போட்டுவிட்டு ஒன்றும் தெரியாத மாதிரி இருந்துகொண்டான்.

எல்லோரும் தேடும்போது இவனும் கூடசேர்ந்து தேடியிருக்கிறான். காணவில்லை என்கிற போஸ்டர்களைத் தெருத் தெருவாகப் போய்

இவன்தான் ஒட்டியும் இருந்திருக்கிறான். போஸ்ட் மார்ட்ட மெல்லாம் முடிந்து பிணத்தைக் கொண்டுபோய் அடக்கம் செய்து விட்டுத் திரும்பிய பிறகு அந்தப் புகைப்படத்தின் முன்னால் அமர்ந்து மன்னித்துக் கொள் என புலம்பி அழுது கொண்டிருந்ததை பின்னால் மறைந்து நின்று பார்த்த அந்த உரிமையாளர் காவல்துறையிடம் வந்து சொல்லியிருக்கிறார். முறைப்படி விசாரித்ததில் உண்மையைக் கக்கிவிட்டான் என்றார்கள். 'பசியினால சிக்கனை எடுக்கும்போது கொன்னுட்டேன் என்று சொல்வதற்காகதான் உங்களிடம் வயிற்றைத் தொட்டுக் காண்பித்தான்' என்று சொல்லி முடித்தார்கள். புனைவெழுத்தாளர்களின் பேனாவை விட காக்கி நிறப் பேனாக்கள் எப்போதுமே திருகித் திருகி எழுதும் வல்லமை கொண்டவை.

அதற்கடுத்து அந்தப் பையனிடம் எங்களை நெருங்க விடவில்லை. மறுநாள் தமிழ்நாட்டில் உள்ள எல்லா நாளிதழ்களிலும் இந்தக் கதை அச்சரம் பிசகாமல் வெளிவந்தது. சிலர் இன்னும் சுவை கூட்டி யிருந்தனர் அந்தக் கதைக்கு. அதற்கப்புறம் நான் பல்வேறு அலுவல்களில் அந்தக் கொலை வழக்கை மறந்துவிட்டேன். தற்செயலாக இன்னொரு வழக்கிற்காக யானைக் கவுனி பக்கமாகப் போயிருந்தபோது அந்த வீட்டைப் போய்ப் பார்க்கலாம் என்று தோன்றியது. அந்தப் பையனின் முகமும் அந்தச் சாக்கு மூட்டையும் நினைவிற்கு வந்தன. அனிச்சையாகக் கைகளை மோந்து பார்த்தேன். ரத்த வாடைக்குப் பழகியிருந்தது மூக்கு.

அந்த வீட்டில் ஆட்கள் யாரும் இல்லை. தொழிற்சாலை இருந்ததற்கான சுவடே இல்லை. அந்த இடத்தில் இருந்து காலி பண்ணிவிட்டு அவர் மறுபடியும் பீகாருக்கே ஓடி விட்டார் என்று சொல்லிவிட்டு, அந்த வீட்டிற்கு அருகில் பல்லாண்டுகளாகக் குடியிருக்கும் ஒருத்தர் இன்னொரு கதையை எனக்குச் சொன்னார். கொலை செய்யப்பட்ட அந்தச் சின்னப் பையன் அவருக்கு இரண்டாவது மனைவி வழியில் பிறந்த பையன். மூத்த மனைவிக்கும் குழந்தைகள் இருக்கிறார்கள். ஆனால் அவருக்கு இந்தப் பையன் மீதுதான் பாசம் அதிகம். அதன் காரணமாக மூத்த மனைவிக்கும் இவருக்கும் இடையில் பயங்கரச் சண்டைகள் வருமாம். சொத்து சம்பந்தமான வில்லங்கங்களும் இதில் இருந்திருக்கின்றன. மூத்த மனைவியின் வற்புறுத்தல் தாங்காமல்தான் அந்தக் காரியத்தைச் செய்துவிட்டதாகச் சொன்னார்.

'அந்தப் பையன் அடித்துவிட்டு வெளியே ஓடியது உண்மை. ஆனால் சாகாமல் முனகிக்கொண்டு இருந்திருக்கிறான். உள்ளே வந்து பார்த்த அவர் தன்னுடைய மூத்த மனைவிக்கு இந்த விஷயத்தைச் சொல்லி யிருக்கிறார். அப்படியே கட்டி அந்தம்மாவிற்கு ஏற்கெனவே தெரிந்திருந்த தண்ணீர்த் தொட்டிக்குள் போடச் சொல்லியிருக்கிறார்.

போட்டுவிட்டு, மனைவி சொல்லிக் கொடுத்தபடி இவர் போட்ட நாடகம்தான் அது' என்று அந்தக் கதையைச் சொல்லி முடித்தார் பக்கத்து வீட்டுக்காரர். 'உங்களுக்கு எப்படி இது தெரியும்?' என்றேன்.

'அந்தப் பையன் இறந்த நாலைந்து நாட்கள் கழித்து இவர் பித்துப் பிடித்ததுபோல வெளியே ஓடிவருவார். எங்களையெல்லாம் தண்ணீர்த் தொட்டிக்குள் வந்து பாருங்கள் என்று சொல்லி அழுவார். அவருடைய பையன் மல்லாக்க படுத்திருக்கும் இவரது மார்பில் அமர்ந்து சிக்கன் தந்தூரி சாப்பிட்டுக் கொண்டிருக்கிறான் என்று சொல்லிக்கொண்டே இருப்பார். அதெல்லாம் உங்கள் மனப் பயம் என்று நான்கூட ஒருதடவை அவரை அமர வைத்து பொறுமையாக விளக்கினேன். அப்போதுதான் அவர் இந்தக் கதையை என்னிடம் சொன்னார். இங்கே இருக்க முடியாது என்பதால் தப்பித்து மறுபடி பீகாருக்கே ஓடிவிட்டார்' என்றார்.

எனக்குக் கோபம் வந்துவிட்டது. 'நீங்கள் ஏன் இதை போலீஸில் போய் சொல்லவில்லை?' என்றபோது அவர் மெதுவாக என் தோளைத் தட்டிவிட்டு, 'அவசரப்படாதீங்க, இன்னமும் நான் கதையைச் சொல்லி முடிக்கலை' என்றார். என் நெஞ்சுக்குள் சுத்தியலால் மிதமான வேகத்தில் அடிக்கிற மாதிரி சத்தம் கேட்டது. 'இல்லை தம்பி. உசுரோட இருட்டுக்குள்ள மூச்சடங்கின பாவமெல்லாம் சும்மாவே விடாது. அவருக்கு எந்த ஊருக்குப் போனாலும் தண்டனை இருக்குன்னு எனக்கு முன்னமே தெரியும். ஏன்னா, அந்தப் பையன் சிக்கன் தந்தூரிய சாப்பிட்டுக்கிட்டு தெருமுக்கில நடந்து போனதை நானே ஒருதடவை பார்த்தேன். இப்பவும் இந்த வீட்டில குடிவர்றவங்க, நைட் மூச்ச இழுத்து இழுத்து விடற சத்தம் கேட்குதுன்னு ஓடிப் போயிடறாங்க' என்றார். எனக்கு உடலெல்லாம் புல்லரித்து அடங்கியது. என் கைகளில் முள்ளம்பன்றிகளுக்கு நட்டுக்கொண்டு நிற்பதைப்போல முடிகள் நட்டிருப்பதைக் கண்ட அவர் மெல்ல அவரது கையால் அதைத் தடவி அடக்கி விட்டபடியே சொன்னார். 'இடையில ஒருதடவை அவரோட நம்பருக்கு ஃபோன் போட்டேன். அவங்க மூத்த சம்சாரம் ஃபோன எடுத்துட்டு, அவர் அவங்க வீட்டுக்குப் பக்கத்தில் இருக்கிற பாழடைந்த கிணத்துல செத்துக் கிடந்த சமாசாரத்த சொன்னாங்க' என்றார். இதுவும்கூட ஒருகதையாக இருக்கலாம். ஆனால் அவர் சொன்னதெல்லாம் ஒருகாட்சியாக எனக்குள் விரிந்தது. அப்படியே அந்தப் பெரிய பையன் வயிற்றைத் தட்டிக் காட்டிய காட்சியும் நிழலாடியது. இரவெல்லாம் அபூர்வமான வலம்புரிச் சங்கின் மூச்சுச் சத்தம் கேட்டபடியே இருந்தது. எழுந்தமர்ந்து விளக்கைப் போட்டு விட்டு தற்செயலாக என் கைகளை முகர்ந்து பார்த்தேன். சிக்கன் தந்தூரி வாடை அடிப்பதுபோல தோன்றியது. இத்தனைக்கும் அன்றிரவு நான் தயிர்சாதம்தான் சாப்பிட்டிருந்தேன்.

10

‘என்னை தயவுசெய்து யாரிடமும் அனுப்பி விடாதீர்கள். ஷீரடி சாய்பாபா கோயிலுக்கு எப்படியாவது அனுப்பிவிடுங்கள். அவர் காலடியிலேயே பிச்சையெடுத்து கிடந்து கொள்கிறேன்’ என்று வந்ததிலிருந்து சின்னக் குழந்தைபோல சொல்லிக் கொண்டிருந்தார். வலிமையான அவரது உடல் படிப்படியாக சுருங்கிக் கொண்டிருப்பதை உணர முடிந்தது. எங்களுக்குதான் அவரைப் பார்ப்பதற்குப் பாவமாக இருந்தது. அவரைச் சுற்றி யாருமே அப்படிப் பார்த்துக் கொள்ள வில்லை என்பது புரிந்தது. பொதுவாகவே இப்படியான சிக்கலில் இருப்பவர்கள் குடும்பத்தைச் சேர்ந்தவர்களை விரோதியாகப் பார்ப்பார்கள். நிறைய எதிர்பார்ப்புகளை உருவாக்கிக் கொள்வதன் வழியாக வரும் ஏமாற்றமாக இருக்கலாம் என்று எங்களுக்குத் தோன்றியது. அவரை எப்படியாவது குடும்பத்து உறுப்பினர்களிடம் சேர்த்துவிட்டால் பிழைத்துக் கரையேறிவிடுவார் என்று தோன்றியது.

எல்லோரையும் போலவே அவருக்கும் வாழ்ந்த காலம் என்ற ஒன்று இருந்தது. மதுரையில் மிகப் பெரிய ஹோட்டல் ஒன்றில் புரோட்டா மாஸ்டராக இருந்திருக்கிறார். தினமும் ஆயிரம் ரூபாய்க்கு மேல் சம்பாதித்திருக்கிறார். அவருக்கென்று குழந்தைகள் எதுவும் இல்லை. திருமணமாகி ஐந்து வருடங்கள்தான் ஆகின்றன என்றார் மூச்சிளைத்தபடி. என்னுடைய மனைவியை தங்கத் தட்டில் சோறு போட்டுப் பார்த்துக் கொண்டேன் என்று சொன்னதை மிகையானதாக எடுத்துக்கொள்ள முடியவில்லை. மனைவியை அப்படிதான் பார்த்திருக்கிறார் என்பதற்கான அடையாளமாய் நகைகள்

வாங்கியதற்கான பில்களைக் காண்பித்தார். வாங்கிப் பரிசோதித்த போது, அதில் அவருடைய பெயரே இருந்தது. ஒருநாள் புரோட்டா போடும்போது இடது கையில் சின்னதாக வலி வந்திருக்கிறது. அதைப் பெரிதாக எடுத்துக் கொள்ளவில்லை அவர்.

வலி நாளுக்கு நாள் பெருகியபடி இருந்ததால், அருகில் இருந்த மருத்துவமனைக்குப் போயிருக்கிறார். வலிநிவாரணி மருந்துகளைத் தந்திருக்கிறார்கள். அடுத்த ஒருவாரத்தில் இடது கையும் காலும் செயல்பட முடியாமல் முடங்கிவிட்டது. இன்னும் பத்துநாளில் வலது காலும் செயல் இழந்துவிட்டது. ஒரு கையை ஊன்றித் தவழ்கிற நிலை வந்துவிட்டது. அவருக்கு என்ன நோய் வந்திருக்கிறது என்று அங்குள்ள மருத்துவர்களால் கணிக்க முடியவில்லை. ஒரு மாதம் மட்டும் அவருடைய மனைவி அவரை ஒழுங்காகக் கவனித்துக் கொண்டதாகச் சொன்னார். அதற்கடுத்து அன்னிய ஆள் ஒருத்தரின் நடமாட்டம் தன் வீட்டில் தட்டுப்பட்டதாக அவர் சொன்னபோது வழக்கமான குற்றச்சாட்டு அது என்பதாகவே எடுத்துக் கொண்டோம்.

அதற்கடுத்து நாய்க்குச் சோறு போடுவதுபோல மனைவி சோற்றைப் போட்டு, தட்டைத் தன்னை நோக்கித் தள்ளிவிடுவதாகச் சொன்னார். அவரைப் பார்த்தால் யாருக்கும் பரிதாபம் வராமல் இருக்காது. அப்படிதான் பரிதாபப்பட்டு ரயிலில் ஷீரடி நோக்கிப் போய்க் கொண்டிருந்தவரை அழைத்துக்கொண்டு இளைஞர் ஒருத்தர் எங்களைத் தேடி வந்தார். தேடித் தேடிப் போய் விரும்பி பாரத்தைச் சுமக்கிறவர்கள் இன்னமும் இருக்கதான் செய்கிறார்கள்.

அவரோடு இரண்டு நாட்கள் அலைந்ததால் அந்த இளைஞருக்கும் வேலை போய்விட்டது. அவரைக் குடும்பத்தோடு சேர்த்து விடுவதற்காக எதையும் இழக்கத் தயார் என்று சொல்கிற இளைஞர்களும் இங்கே இருக்கதான் செய்கிறார்கள். அந்த இளைஞர் நிராயுதபாணியாய் நின்ற மனிதனுடைய அக்காவின் எண்ணை வாங்கிப் பேச முயன்றபோது தடுத்துவிட்டார் என்று சொன்னார். ஏன் உங்களுடைய அக்கா உங்களைப் பார்த்துக்கொள்ள மாட்டாரா என்று கேட்டபோது, ‘அங்கேயும் தவழ்ந்து பஸ் ஏறிப் போனேன். பிள்ளைக்கு கல்யாணம் வைக்க தயாராகிட்டு இருக்கோம். இந்த நேரத்தில நீ இங்க இருந்தா சரிப்பட்டு வராதுன்னு தொரத்தி விட்டுட்டாங்க. எம்மருமகள்னா எனக்கு உசிரு. அவளுக்கு ஒரு நல்லது நடக்கும்போது குறுக்க நின்னுட கூடாது’ என்றார்.

அவரின் நிலை எங்களுக்கெல்லாம் புரிந்தபோதும், எல்லோரையுமே குற்றவாளியாக்குகிற அவரது மனநிலை குறித்த சந்தேகமும் எங்களுக்கு இருந்தது. அவருக்கு உதவிகள் கேட்டு பல்வேறு

நபர்களைத் தொடர்பு கொண்டோம். இதற்கிடையில் அவருடைய குடும்பத்திடம் பேசி விடலாமென முதலில் அவருடைய மனைவிக்கு தொலைபேசி செய்து விஷயத்தைக் கூறினோம். எடுத்த எடுப்பிலேயே அவர், 'நொண்டிப் பயல வச்சுக்கிட்டு என்ன செய்யச் சொல்றீங்க?' என்றார். ஒரு கதவு அடைபட்டுவிட்டது என்பது தெளிவாகப் புரிந்துவிட்டது. உடல் விழுவது என்பது ஒரு பெரிய மரம் வேரோடு விழுவதற்குச் சமம். அப்புறம் எதற்காக திருமூலர் பயிரையெல்லாம் விட்டுவிட்டு உடலை வளர்க்கச் சொல்கிறார்?

அதிலும் ரத்தம் சுண்டிப் போனவர்களின் முகத்தில் வலிக்கிற மாதிரிதான் எல்லா மரத்துக் கதவுகளும் அடைத்துச் சாத்தப் படுகின்றன. விலைகூடிய பர்மியத் தேக்கென்றாலும் அதுதான் கதி. அடுத்த கதவைத் தட்டிப் பார்க்கலாம் என்கிற முயற்சியில் இருந்த போது, 'என் மனைவியிடம் ஒரு தடவை ஃபோனை கொடுங்கள். பேசிப் பார்க்கிறேன்' என்று அவர் சொன்னதால் போட்டுக் கொடுத்தோம். எங்களிடம் பேசியதை விட நாகரிகமாக அவரிடம் பேசினார் அவருடைய மனைவி.

'நொண்டிப் பயல வச்சுக்கிட்டு என் தாலிய அறுக்கச் சொல்றீயா? ஊரெல்லாம் எனக்கு நகை நட்டு போட்டேன்னு சொல்லிக்கிட்டு இருக்கியாமே... என்னத்த பெருசா போட்டுட்ட? இன்னொருத்தனுக்கு வாக்கப்பட்டா இத விட போடுவான். அழகு விழுந்திருச்சா என்ன... பிச்சக்கார நகை. என் தூமத்துணிக்கு சமானம் அது. வந்து வாங்கிட்டு போ. உன் மூஞ்சிலயே விட்டு எறியறேன்' என்றார் தொலைபேசி எல்லோரும் கேட்கும்படியான அம்சத்தில் இருக்கிறது என்பது தெரியாமல். 'உனக்கு இந்த மாதிரி ஆகிருந்துச்சுன்னா நான் கைவிட்டிருப்பேனா...' என்று மறுமுனையில் இவர் அழுதது அந்தப் பெண்ணின் மனதைக் கரைக்கவில்லை. அவர் கொஞ்சம் இறங்கி வந்த தொனியில், 'நீயே யோசிச்சுப் பாரு. நானும் கொஞ்ச வயசுதானே, எனக்கும் ஆசாபாசம் இருக்காதா? உன்ன வச்சுக்கிட்டு இனிமே நான் என்ன பண்ணுவேன். எங்கம்மா இன்னொரு கல்யாணத்துக்கு ஆள் பாத்திருச்சு' என்றார். மறுமுனையில் இருந்த அவர் திக்கித்துப் போய், 'ஃபோனை கட் பண்ணிருங்க சார்' என்றார்.

மனைவிக்கு தான் என்னவெல்லாம் செய்தேன் என்பதை அழுது கொண்டே சொன்னார். 'புரோட்டா போட்டுட்டு கையெல்லாம் வலிக்கும். வீட்டுக்குப் போனால் இவள் கால் கை வலிக்கிறது என்று சொல்லிப் படுத்துக் கிடப்பாள். வெந்நீர் வைத்து அமிர்தாஞ்சன் போட்டு அவளுக்கு ஒத்தடம் கொடுப்பேன்' என்று அவர் சொல்லும் போது உறவுகள் மீதான கலக்கம் வந்து போனது. எல்லாவற்றையும்

அவர் மறந்துவிட்டார். பல நேரங்களில் உண்ணத் தகுதியான காய்கறிகளையே விலை போகவில்லை என்று சொல்லி சாலையில் கொட்டிவிட்டுப் போகிற காலமிது. பாலில்லாமல் ஒருபக்கம் மனிதர்கள் அழும் காலத்தில் அதை சாலையில் கவிழ்த்துக் கொட்டுகிற காட்சிகளையும் பார்த்திருப்பீர்கள்தானே? விலை போகாதவற்றைத் திரும்பக் கொண்டுபோய் அதை வேண்டுகிறவர்களிடம் சேர்க்கத் தூக்கிச் சுமக்கிற நேரம் யாருக்கும் இல்லை. அது துயரமானதும்கூட. அதிலும் அழுகிய காய்கறி மூட்டைக்கு சந்தையில் என்ன மதிப்பு இருந்துவிடப் போகிறது? நாங்கள் அவருடைய அக்காவிடம் பேசலாம் என்று நினைத்து அவருடைய மச்சானுக்கு தொலைபேசி செய்தோம்.

'அவருக்கு நிறைய பேர் பண உதவி செய்யத் தயாராக இருக்கிறார்கள். உங்களது வங்கிக் கணக்கிலேயே அதைச் செலுத்தச் சொல்லி விடுகிறோம். அங்கேயே இவருக்கு மருத்துவ ஏற்பாடுகளைச் செய்து தருகிறோம். ஒரு பத்து நாள் வைத்திருந்தால் போதும். அதற்குள் ஆதரவற்றோர் இல்லம் ஏதாவதொன்றில் சேர்த்து விட்டு விடுகிறோம். நீங்கள் அடிக்கடி போய் பார்த்துவிட்டு வந்தாலே போதும்' என்று நாங்கள் சொன்னதையெல்லாம் காது கொடுத்துக் கேட்டுவிட்டு அவருடைய மச்சான், 'இருங்க வீட்ல கலந்து பேசிட்டு சொல்றேன்' என்றார். கொஞ்ச நேரத்தில் அவரே தொடர்புகொண்டு, 'பெரியவங்க நீங்க சொல்றதால என் மனைவியும் சரின்னுட்டா. இவன் முதல் தடவை வந்தபோது அவள் மகளுக்கு கல்யாணம் வச்சிருக்கேன்னுதான் சொல்லிருக்கா. இவன்தான் தப்பா புரிஞ்சுக்கிட்டு அவ கடைகண்ணிக்கு போயிருந்த நேரமா பாத்து கிளம்பி வந்துட்டான். திரும்ப வந்து அவ ஊரெல்லாம் தேடிப் பாத்துருக்கா. மூணு பேர் சாப்பிடறோம். நாலாவதா அவனும் சாப்பிட்டு போகட்டும். ஹோமெல்லாம் வேண்டாம். நாங்களே கேரளாவில் எங்களுக்கு தெரிஞ்ச வைத்தியர் ஒருத்தர் இருக்கார், அவர வச்சு பாத்துக்கறோம்' என்றார் அமைதியான குரலில். எனக்குக் கொஞ்சம் நம்பிக்கை வந்தது அவரது குரலின் வழியாக. இவர்கூட தவறாக அர்த்தம் கற்பித்துக் கொண்டிருந்திருக்கலாம் என்று தோன்றியது. என்ன இருந்தாலும் ஒரே வயிற்றில் பிறந்தவர்கள்தானே அவர்கள்?

அவரை அழைத்துப் போக ஊரிலிருந்து கிளம்பி வந்தார்கள். அவருடைய அக்கா ஓடிவந்த வேகத்தில், 'இருன்னு சொல்லிட்டு போன கொஞ்ச நேரத்திலேயே கிளம்பி வந்துட்டியேடா பாவி' என கட்டிக்கொண்டு அழுதார். இவருக்கும் அந்த நேரத்தில் அந்த அணைப்பு தேவைப்பட்டது என்பதால் அக்காவை இனி விடவே மாட்டேன் என்பதுபோல இறுக்கிக் கட்டிக் கொண்டார்.

அவர்களுடைய வங்கிக் கணக்கு விவரங்களை எங்களிடம் தந்துவிட்டுக் கிளம்பிப் போனார்கள். நாங்கள் உதவி செய்வதாகச் சொன்னவர்களிடம் பேசி அந்த வங்கிக் கணக்கு எண்ணைப் பரிமாறினோம். தினம்தோறும் உதவி செய்பவர்களிடம் நினைவூட்டு வதற்காக ஆள் ஒருவரையும் ஏற்பாடு செய்தோம்.

நன்கொடையாளர்கள் பலர் அவருடைய வங்கிக் கணக்கில் பணம் செலுத்தி இருந்ததாக எங்களுக்கு வாய்மொழி வழியாகத் தகவல் தெரிவித்திருந்தனர். அவருடைய மச்சானை அழைத்துக் கேட்ட போது, 'ஒரு நாற்பதாயிரம் ரூபாய் வந்திருக்கும். இன்னும் கணக்கு பாக்கலைங்க' என்றார். அவரிடம் தொலைபேசியைக் கொடுக்க முடியுமா என்று கேட்டபோது, அவனை கேரளாவிற்கு மருத்துவத்திற்கு கொண்டு போயிருக்கிறோம் என்று சொன்னார்கள். ஒரு நாற்பதாயிரம்தான் வந்திருக்கும் என்பது எங்களை உறுத்தியது. நன்கொடையாளர்கள் எல்லோரையும் தொடர்புகொண்டு 'நீங்கள் அந்தக் கணக்கில் எவ்வளவு போட்டீர்கள் என்று சொல்ல முடியுமா?' என்றோம். வழக்கமாக நாங்கள் இப்படிச் செய்வதில்லை. ஒரு அவசர விஷயத்தின் காரணமாக இப்படிக் கேட்க வேண்டிய நிலை ஏற்பட்டு விட்டது என்று வருத்தமும் தெரிவித்தோம். பலர் இப்படியான விசாரிப்பிற்காக எரிச்சல் பட்டாலும் தொகையைச் சொன்னார்கள். சிலர் அனுப்பிய விவரத்தை மெயிலில் அனுப்பியும் விட்டார்கள். கூட்டிப் பார்த்தால் தொகை எட்டு லட்சம் என்று வந்தது. உச்சகட்ட கோபத்தில் அவருடைய எண்ணிற்கு அழைத்தேன், அணைத்து வைக்கப்பட்டிருந்தது அது. அவர் சம்பந்தமான எல்லா எண்களும் அணைத்து வைக்கப்பட்டிருந்தன.

பல்வேறு வேலைகளில் நான் மூழ்கிப் போய்விட்டேன் அதற்குப் பிறகு. அவரை எங்களிடம் அழைத்து வந்த பையன் ஒருநாள் எனக்கு ஃபோன் செய்து, 'சார், அவரோட எண்ணுக்கு கூப்ட்டேன். ஒரு லேடி எடுத்து அவர் செத்துட்டாருன்னு சொல்லிட்டாங்க. திரும்பி ஃபோனை போடறதுக்குள்ள சுவிட்ச் ஆஃப் பண்ணிட்டாங்க' என்றதும் ஆடிப் போய்விட்டேன். என்ன நடந்தது என்பதைத் தெரிந்தே ஆகவேண்டும் என்கிற கட்டாயம் வந்துவிட்டது. வேறு சில எண்களின் வழியாகத் தொடர்பு கொண்டபோதும் அவர்கள் எடுக்கவே இல்லை. ஆளை அனுப்பி செக் பண்ணலாம் என்கிற முடிவிற்கு நாங்கள் வந்திருந்த போது, ஒரு எண்ணில் இருந்து அழைப்பு வந்தது எங்களுக்கு.

அவருடைய மச்சான்தான் பேசினார். 'கேரளாவில போய் வைத்தியம் பார்த்தோம்ங்க. ஒண்ணும் செட்டாகலை. மாப்பிள்ளைய காப்பாத்த முடியலை. அவங்கக்கா ஒடிஞ்சு போயிட்டா. யார்ட்டயும் பேச

முடியாம போச்சு. அங்கேயே எரிச்சிட்டு கிளம்பி வந்துட்டோம். இருந்தும் அந்த ஜீவன் என்ன பண்ணப் போகுது சொல்லுங்க. அவனுக்கும் கஷ்டம்தானே...' என்றார். நான் அதற்கு மேல் தோண்ட விரும்பவில்லை. அவனுக்கும் கஷ்டம்தானே என்கிற வார்த்தை ரீங்கரித்துக் கொண்டிருந்தது காதுகளில். பல நேரங்களில் மறதி ஒரு வரம் என்பதால் அவரை நான் மறக்க விரும்பினேன்.

இன்னொரு சந்தர்ப்பத்தில் வேறொரு மனநிலையில் இருந்தபோது, அவருடைய அக்கா மகள் எனக்கு தொலைபேசி செய்தார். 'சார், எனக்கு கல்யாணம் வச்சுருக்காங்க' என்றார். வாழ்த்துகளைச் சொல்லிவிட்டு தொலைபேசியை அணைப்பதற்கு முன்பு, 'உங்கட்ட ஒரு விஷயம் சொல்லணும். யார்ட்டயும் சொல்லிடாதீங்க சார். தெரிஞ்சா என் கல்யாணமே நின்னுடும்' என்றார் பயம் கலந்த குரலில். சொல்ல மாட்டேன் என்று உறுதி கொடுத்தபிறகு அவர் சொன்ன விஷயம் மனிதர்கள் மகத்தான சல்லிப் பயல்கள் என்கிற வார்த்தைக்கு அர்த்தம் கற்பித்தது.

'எங்க மாமா பொண்டாட்டி இங்க வந்து எனக்கும் காச கொடுங்கன்னு பயங்கரமா சண்டை போட்டாங்க. என்னை வெளியில அனுப்பிட்டாங்க. பெறகு என்ன நடந்துச்சோ, அவங்க ரெண்டு நாள் கழிச்சு கேரளாவுக்கு கூப்ட்டுப் போயிட்டு உன் மாமன் செத்துட்டான்னு வந்து சொன்னாங்க. அவரு நல்லவரு சார். இவங்க சொல்றதுல எனக்கு நம்பிக்கையே இல்லை. இப்ப நகையெல்லாம்கூட அந்தக் காசுலதான் வாங்கிருக்காங்க. எனக்கு அதைப் போட்டு கல்யாணத்தில நிக்கறதுக்கே கஷ்டமா இருக்கு. நகையெல்லாம் வேண்டாம் சார், எங்க மாமா வந்தா நல்லா இருக்கும்னு தோணுது' என்றார் கல்யாணத்திற்குக் காத்திருக்கும் அந்த இளம்பெண். யானை இருந்தாலும் ஆயிரம் பொன், இறந்தாலும் ஆயிரம் பொன் என்கிற பழமொழி ஞாபகத்திற்கு வந்தது. கூடவே அவர் ஏன் என்னை ஷீரடியில் விட்டு விடுங்கள் என்று சொன்னார் என்பதற்கான காரணமும் புரிந்தது. கேரளாவில் ஷீரடி சாய்பாபா கோயில் இருக்கலாம். அவரும் இருக்க வேண்டும் என மனம் விரும்பியது. அந்தப் பக்கம் இனிமேல் போக வாய்ப்புக் கிடைத்தால் போய்த் தேட வேண்டும். அவருடைய அக்கா கட்டிப் பிடித்து அழுதபோது அதில் கொஞ்சம் உண்மையும் இருந்தது என்பதால் அப்படி யோசிக்கத் தோன்றியது. இன்னொரு வகையில், எழவே வழியில்லாத நிலையில் வாழும் வலிமையில்லாதது வீழ்வது ஒருவகையில் இயற்கையின் கொடைதான். நம்பிக்கைக்கும் புத்திக்கும் இடையிலான ஆடுபுலி ஆட்டத்தில் நானும் ஒரு கல்லானேன்.

11

தவணை முறையில் சிறுகச் சிறுகச் சித்திரவதை செய்து
கொண்டிருந்தார் அந்தப் பெண். கொலையை விட கொடூரமாக
கொலைக்கு நிகரான காரியங்களை நிகழ்த்திக் கொண்டிருந்தார்
அவர். என்னை ஒருமுறை அவசர அவசரமாக அவன் வேலை
பார்க்கும் மென்பொருள் அலுவலகத்திற்கு அழைத்திருந்தான் அந்தப்
பையன். சுமார் ஒரு ஆயிரம் பேர் அந்த அலுவலகத்தில் வேலை
பார்க்கிறார்கள். நான்கு பேர் பார்த்தாலே அவமானம் கழுத்தை
நெறிக்கும்போது, தூக்கிட்டு இறப்பவர்களுக்கு வருவதைப்போல
நாக்குத் தள்ளி விடும். ஆனால், அந்த ஆயிரம் பேர் பார்க்க அவன்
அசிங்கப்பட்டுக் கொண்டிருந்தான். அந்த அலுவலகத்தின் இருசக்கரங்கள்
நிறுத்துமிடத்தில் போய்ப் பார்க்கச் சொன்னான் அவன். 'நீங்கள்
எங்கே இருக்கிறீர்கள்?' என்றேன். தான் அலுவலகத்தில் பயந்து
பதுங்கி உட்கார்ந்து கொண்டிருப்பதாகச் சொன்னான். என்ன
நடக்கிறது என்பது எனக்கு விளங்கவில்லை. போய்ப் பார்த்தால்
அவனுடைய மனைவியான இளம்பெண் அங்கு நின்றபடி
போகிறவர்கள் வருகிறவர்களிடமெல்லாம் அவனைப் பற்றி
அவதூறாகப் பேசிக் கொண்டிருந்தாள்.

இதேமாதிரி புகழ்பெற்ற பாடகர் ஒருத்தருக்கும் நடந்திருக்கிறது.
கடைசி வரை மெல்லவும் முடியாமல் விழுங்கவும் முடியாமல்
புழுங்கிச் செத்தார் அவர். மாரடைப்பில் செத்ததாகக் கணக்கிருந்தாலும்
மானத்திற்கு பயந்து செத்தார் என்றே நான் அந்தச் சாவை எடுத்துக்
கொள்வேன். அவர் பாடுகிற சபாக்களுக்கெல்லாம் அவருடைய

மனைவி சென்றுவிடுவார். அவர் பாடிக் கொண்டிருக்கும்போது, அவருடைய மனைவி மேடைக்குக் கீழே அமர்ந்து சத்தமாக பாடகரைப் பற்றி அவதூறாகத் திட்டிக் கொண்டிருப்பார். எல்லோரும் பார்க்க வேண்டும் என்பதுதான் அவருடைய நோக்கம். பாடகர் சாகிற வரை அவருடைய மனைவி இப்படி அவரை அவமானப்படுத்திக் கொண்டிருந்தார். நாவினால் சுட்ட வடு என சும்மாவா வள்ளுவர் சொல்லி வைத்தார்?

பாடகர் எதிர்த்து ஒரு வார்த்தை பேசியதில்லை. அமைதியாக ஆனால் உள்ளுக்குள் கொதித்தபடியே வாழ்ந்து மறைந்தும் போனார். தந்தூரி அடுப்பிற்குள் கொன்று வேக வைத்ததற்கும் இதற்கும் என்ன பெரிய வித்தியாசம் இருந்துவிடப் போகிறது? என்ன காரணம் என அவர் வெளிப்படையாகச் சொன்னதேயில்லை. மனைவியைப் பற்றி ஒரு வார்த்தைகூட அவர் பதிலுக்கு அவதூறாகப் பேசியதே இல்லை. இந்தப் பையன் விவகாரத்திலும் அதுதான் நடந்தது.

அந்தப் பையனின் மனைவியும் எம்.சி.ஏ படித்தவர்தான். நல்ல வேலையில் இருந்தவர்தான். இரண்டு பேரும் ஊரே எதிர்க்க காதல் திருமணம் செய்து திகட்டத் திகட்ட வாழ்ந்தவர்கள். அந்தப் பெண் ஏன் இப்படி மாறிப் போனாள் என்று எத்தனையோ தடவை அந்தப் பையனிடம் கேட்டிருக்கிறேன். 'சத்தியமா தெரியலை சார்' என குழப்பம் தோய்ந்த முகக் குறியுடன் சொல்வார். அந்தப் பெண் அவருக்கு விவாகரத்து கொடுக்கவும் மறுத்துவிட்டார். விவாகரத்து வாங்க இவருக்கு விருப்பமும் இல்லை என்பது வேறு விஷயம். எப்போதாவது திருந்திவிடுவாள் என கடைசி வரை நம்பினார். அந்தப் பையனின் வீட்டிற்கு இந்த விஷயம் தெரியாது. பெண் வீட்டிற்குத் தெரியும் என்றாலும் அவர்கள் கண்டுகொள்வதில்லை. 'நீயாச்சு உன் பொண்டாட்டியாச்சு' என வெளிப்படையாகவே சொல்லிவிட்டு ஒதுங்கிக்கொண்டனர்.

எங்களைப் பார்க்க வருவதற்கு இரண்டு மாதங்களுக்கு முன்புதான் அந்தப் பையன் வீட்டை விட்டு வெளியேறி உடன் வேலை பார்க்கும் நண்பர் ஒருத்தர் வீட்டிற்குத் தங்கப் போயிருக்கிறார். வீட்டில் இருந்த காலகட்டத்தை நரகத்தில் வாழ்ந்ததாக வர்ணிப்பார். ஆனால் அந்த நரக காலகட்டம் துவங்குவதற்கு முன்புவரை தங்களுடைய வாழ்க்கை சொர்க்கமாக இருந்ததாகச் சொல்வார். மனைவியின் மடியில் படுத்துக்கொண்டு தொலைக்காட்சி பார்க்கும் அவருக்கு அவர் மனைவி உணவை ஊட்டிவிட்டுக் கொண்டிருப்பார் என்று அவர் சொன்னதை என்னால் நம்பக்கூட முடியவில்லை. அன்பின் எல்லையில் நின்று உருகிக் கொண்டிருந்த பெண் எதற்காக

வெறுப்பின் இன்னொரு எல்லைக்குச் சென்றார் என்பது எல்லோருக்குமே புரிபடவில்லை. அன்பின் எல்லையை விட வெறுப்பின் எல்லை தொட்டுவிடும் தூரத்திலேயே எப்போதும் இருக்கிறது.

தட்டில் சோற்றைப் போட்டுக் கொண்டுவந்து தருவாராம். தட்டில் கையை வைக்கிற சமயத்தில் எட்டி உதைப்பாராம். பார்க்கும்போதே குழம்பில் எச்சிலைத் துப்பித் தருவாராம். அலுவலகத்தில் இருக்கிற உயரதிகாரிகளுக்கு அவன் ஒரு பேடிப் பயல் என்று மெயில் அனுப்புவாராம். ஆரம்பத்தில் அலுவலகத்தில் இதை சீரியஸாக எடுத்துக்கொண்டு இவர் மீது விசாரணைக் கமிஷன் மாதிரியெல்லாம் வைத்திருக்கிறார்கள். இறுதியில் அந்தப் பையன் மீது தவறில்லை என்பதால் அந்தப் பெண் செய்ததையெல்லாம் கண்டுகொள்ள வில்லை. பதில் போடாமல் அவர்கள் தவிர்க்க ஆரம்பித்த பிறகுதான் இந்த மாதிரி கிளம்பி வந்து அசிங்கப்படுத்துவது தொடர்ந்திருக்கிறது. காவலாளிகளை வைத்து அப்புறப்படுத்த ஒருதடவை முயன்றிருக் கிறார்கள். 'அவளே போய்விடுவாள். தயவுசெய்து அப்படி அவளைச் செய்து விடாதீர்கள். இல்லாவிட்டால் இன்னும் உக்கிரமாகி விடுவாள்' என்று இந்தப் பையன் கெஞ்சியதால் விட்டுவிட்டார்கள்.

காவல்நிலையத்திற்குப் போகலாம்தானே என்று கேட்டபோது, 'ஒருதடவை பொறுக்க முடியாமல் போய்விட்டேன். அவளை அழைத்தார்கள். அங்கே வந்தால் ஸ்டேஷன் வாசலிலேயே கொளுத்திக் கொள்வேன் என்று மிரட்டினாள். நீ கோர்ட்ல பார்த்துக்கோப்பா என்று சொல்லி என்னைச் சமாதானப்படுத்தி அனுப்பிவிட்டார்கள்' என்றார். இந்த விஷயத்தில் சட்டம் இந்த மாதிரியான அப்பாவிப் பையன்களுக்கு சாதகமாக இல்லை என ஒரு வழக்கறிஞர் எப்போதோ சொன்னது நினைவிற்கு வந்தது எனக்கு.

நான் அந்தப் பெண்ணின் பெற்றோருடைய எண்ணை வாங்கிப் பேசிப் பார்த்தேன். அவள் தங்களுடனெல்லாம் நன்றாகப் பேசுவதாகவும் இந்தப் பையன் வேண்டுமென்றே பைத்தியம் என்று பட்டம் கட்டுவதாகவும் சொல்லிக் கோபப்பட்டார்கள். நானே ஒருதடவை அலுவலக வாசலில் நின்று அந்தப் பெண் கத்திக் கொண்டிருந்ததைப் பார்த்ததாகச் சொன்னதும் அமைதியானார்கள். அதற்குப் பிறகு அவர்கள் தரப்பில் அந்தப் பெண்ணிடம் பேசியிருக்கிறார்கள். எதுவுமே நடக்காத மாதிரி அந்தப் பெண் பேசுவதாகத் திரும்ப வந்து சொன்னார்கள். அந்தப் பெண் அலுவலகத்தில் எப்படி என்று விசாரித்தபோது எல்லோரும் நல்லவிதமாகச் சொன்னதாக அந்தப் பையன் சொன்னான்.

தன்னை விட்டுவிட்டு அவன் அப்பா அம்மா பார்க்கிற பெண்ணைத் திருமணம் செய்துகொள்ளப் போவதாக எல்லோரிடமும் அந்தப் பெண் சொல்லிக் கொண்டிருந்ததாகத் தெரிந்தது. திருமணத்திற்கு முன்பு தனக்கு சொந்தத்தில் ஒரு பெண் இருப்பதாக இவர் சொல்லியிருக்கிறார். அதைப் பிடித்துக்கொண்டு அந்தப் பெண்ணின் திருமணத்தையே அந்தப் பையனின் மனைவி ஒருதடவை நிறுத்தியிருக்கிறார். மாப்பிள்ளை வீட்டிற்கு தொலைபேசி செய்து இருவருக்கும் கள்ளத் தொடர்பு இருப்பதாகச் சொல்லி திருமண ஏற்பாடுகளை நிறுத்தியிருக்கிறார். நீதிமன்றத்தில் விவாகரத்து வழக்குப் போட அந்தப் பையன் தீவிரமாக மறுத்துவிட்டார். 'நடக்கறது நடக்கட்டும் சார். ஏதோ ஒரு குழப்பத்தில இருக்கா. என்னைக்காவது சரியாகிடுவா. சரியாகிட்டான்னா உடனடியா வீட்டுக்குப் போயிருவேன்' என்றார் ஏதோ ஒரு கயிறு கிடைத்துவிடும் என்கிற நம்பிக்கையில்.

உங்கள் இருவருக்கும் இடையிலான தாம்பத்ய வாழ்க்கை எப்படி இருந்தது என தயங்கித் தயங்கிக் கேட்டேன். அதிலெல்லாம் ஒரு பிரச்சினையுமில்லை என்றார். உங்களுடைய பெற்றோர்கள் ஏதேனும் அந்தப் பெண் குறித்த அவதூறைக் கிளப்பியிருக்கிறார்களா என்றேன். 'இன்னைக்கு வரைக்கும் அவளிடம் நாலு வார்த்தைக்கு மேல அவங்க பேசியதேயில்லை. இப்பகூட இந்த விஷயம் தெரிஞ்சா என்னிடம்தான் ஏதாச்சும் பிரச்சினையிருக்குன்னு சொல்லுவாங்க. சின்ன வயசில இருந்தே அவங்க அப்படிதான் சார். பசங்க யாராச்சும் அடிச்சிட்டாங்கன்னு போயி நின்னா, நீ என்ன பண்ணன்னு என்னிடமே திரும்பிக் கேட்பார்கள்' என்றார். எதற்காக இப்படிச் சித்திரவதைப் படுகிறோம் என்பது தெரியாமலேயே ஒரு இளங்குருத்து காய் பிடிக்கிற பருவத்தில் வெந்துகொண்டிருந்தது.

எப்படியாவது அந்தப் பெண்ணைச் சந்தித்துவிடலாம் என தோன்றி விட்டது. ஏதாவதொரு யோசனை சொல்லுங்கள் என்று அந்தப் பையனிடம் கேட்டேன். அவளுக்கு சமையல் நிகழ்ச்சிகளில் கலந்து கொள்ள வேண்டும் என்று அடிக்கடி சொல்லிக் கொண்டிருப்பாள் என்று சொன்னார். சமையல் நிகழ்ச்சி ஒன்றிற்கு ஆடிஷனுக்காக அழைக்கிறோம் என்று சொல்லி அந்தப் பெண்ணின் எண்ணிற்கு அழைத்தேன். உங்களுக்கு யார் இந்த எண்ணைத் தந்தது என்று கேட்டபோது, ஆறு மாதங்களுக்கு முன்பு உங்கள் பெயரில் அப்ளிகேஷன் எங்களுக்கு வந்தது என்று சொன்னபோது நம்பிவிட்டார். எங்கே வரவேண்டும் என்று கேட்ட அவரிடம், 'நாங்களே உங்களுடைய வீட்டிற்கு வருகிறோம். உங்களுக்கு நன்றாக வருகிற ஏதாவதொரு அயிட்டத்தை சமைத்துத் தாருங்கள். அதைச்

சோதித்துவிட்டு நிகழ்ச்சிக்குப் போய்விடலாம்' என்று சொன்ன போது உடனடியாக ஒத்துக் கொண்டார்.

அந்தப் பெண்ணை அவருடைய கணவர் காட்டியிருந்த புகைப் படங்களில் பார்த்திருக்கிறேன். சாந்தமே உருவான தோற்றத்தில் இருந்தார். நான் போனபோது அந்தப் பெண் சோர்வின் உச்சியில் நின்று கொண்டிருந்தார். பல நாட்கள் தூங்காததால் வந்த சோர்வு அது. நீங்கள் மட்டும் வந்திருக்கிறீர்கள் என்றவரிடம், எங்களது குழு பின்னால் வந்து கொண்டிருக்கிறது என்றேன். எந்தவிதச் சந்தேக சமிக்ஞைகளையும் காட்டாமல் வரவேற்றார். 'நான் பாஸ்த்தா நன்றாகச் செய்வேன். என்னுடைய கணவருக்கு ரொம்பப் பிடிக்கும் அது' என்றார்.

உங்களுடைய கணவர் என்ன செய்து கொண்டிருக்கிறார் என்றபோது அவர் உண்மையான தகவல்களையே சொன்னார். நிகழ்ச்சிக்கு உங்களுடைய கணவரும் வர வேண்டியிருக்கும் என்று சொன்ன போது கொஞ்சம் திடுக்கிட்டு, ஏன் அவர் இல்லாமதானே நீங்க பண்ணுவீங்க என்றார். அவரை சகஜப்படுத்தும் விதமாக கொஞ்ச நேரம் சமையல் குறித்துப் பேசிக் கொண்டிருந்தேன். அவரும் எந்தவித தங்கு தடையில்லாமல் அதைப் பற்றிப் பேசிக் கொண்டிருந்தார். நன்றாகக் கவனித்தபோதுதான் அது தெரிந்தது. அவர் பேசிய அந்த ஐந்து நிமிடங்களில் என்னுடைய கணவர், என்னுடைய கணவர் என ஒரு இருபது தடவையாவது சொல்லி யிருந்திருப்பார். என் கணவருக்கு என்னை நல்லா சமைக்க வச்சுப் பாக்கணும்னு இன்ட்ரஸ்ட் என்கிற மாதிரி.

சமையல் என்றாலே சுத்தமாக என்னவென்றே தெரியாத எனக்கு ஒரு கட்டத்தில் இந்த சமையல் புராணம் அலுப்புத் தட்டத் துவங்கிவிட்டது. உறையில் கிடக்கிற கத்தியை வெளியில் எடுத்துவிடலாம் என தோன்றிக்கொண்டே இருந்தது. சும்மா கிடக்கும் கத்திக்கு எப்போதும் மதிப்பில்லை. சுவரில் தூக்கி மாட்டி விடுவார்கள். குறைந்தபட்சம் ஒரு காய்கறியையாவது அதன் பழக்கம் மறந்து போகாமலிருக்க நறுக்கிக் கொண்டிருக்க வேண்டும். நான் ஒருவித பதற்றத்துடன் இருப்பதை அந்தப் பெண்ணும் கவனித்துக்கொண்டு இருந்தமாதிரி தெரிந்தது. 'நான் உங்களிடம் தனிப்பட்ட முறையில் ஒரு விஷயத்தைக் கேட்க அனுமதிப்பீர்களா?' என்றேன் தயங்கித் தயங்கி.

'நீங்கள் சமையல் நிகழ்ச்சிக்காக என்னை அணுகவில்லை என்பது எனக்கு நன்றாகத் தெரியும்' என்று அவர் சொன்னபோது ஆடிப் போய் விட்டேன் நான். ஏதாவது அசம்பாவிதமாக நடந்துகொள்வாரோ என பயந்துவிட்டேன். நான் பயந்த மாதிரி எதுவும் நடக்கவில்லை. அவர்

வழக்கமாக எல்லோரிடமும் சொல்வதைப்போல அவர் கணவர் குறித்த அவதூறுகளை என்னிடமும் சொல்ல ஆரம்பித்தார். நான் அவர் சொல்வதையெல்லாம் நம்புகிற மாதிரி பொறுமையாகக் கேட்டேன். ஒருகட்டத்தில் உடைந்து அழ ஆரம்பித்தார். அவர் எப்படி இருக்கிறார் என்றார்.

'இரண்டு தடவை தற்கொலை முயற்சியில் ஈடுபட முயன்றிருக்கிறார். நண்பர்களெல்லாம் சேர்ந்துதான் தடுத்ததாகச் சொன்னார்கள்' என்றேன். 'அவருடைய வீட்டில் பெண் பார்க்க நினைப்பதாக நீங்கள் கற்பனை செய்து கொண்டிருக்கிறீர்கள். அப்படியெல்லாம் அவர்கள் நினைக்கக்கூட இல்லை' என்றேன் பாந்தமாக. 'அதுதான் எனக்குத் தெரியுமே...' என்றார் புருவத்தை உயர்த்தியபடி. வில்லைப் போலான நேர்த்தியான அந்தப் புருவத்தில் அத்தனை பாவனை களையும் ஒளித்து வைத்திருந்தார். 'எனக்கு இந்த விவகாரத்தில் எல்லா கதையும் தெரியும்' என்றேன். 'அந்த பொட்டப் பயல் ஊரெல்லாம் ஒப்பாரி வைப்பான்னு எனக்குத் தெரியும்' என்றார் கோபமாக. 'என்ன காரணத்திற்காக அவரை இப்படிச் சித்திரவதை செய்து கொண்டிருக்கிறீர்கள்? அவரிடம் சொல்ல மாட்டேன். என்னிடமாவது உண்மையான காரணத்தைச் சொல்லக்கூடாதா?' என்று கெஞ்சும் தொனியில் கேட்டபோது, அந்தப் பெண் 'உங்களால மட்டுமில்லை. அவனாலும் என்னை எதுவும் செய்ய முடியாது. நான் கையெழுத்து போட்டுக் கொடுக்காம அவன் எதுவும் செய்ய முடியாது' என்றெல்லாம் சவால் விடும் தொனியில் கொஞ்ச நேரம் நிறுத்தாமல் பேசிக் கொண்டிருந்தார்.

இனி செய்வதற்கு எதுவும் இல்லை என்கிற மனநிலையில் எழுந்து நின்று விடைபெற்றேன். 'அவனை விடுங்க. என்னை விடுங்க. உண்மையிலேயே சம்பந்தமே இல்லாம இந்த விஷயத்தில தலையை உருட்டிக்கிட்டு இருக்க நீங்க ரொம்ப பாவம்' என்றார் சிரித்தபடி. நானும் பதிலுக்கு அதே மாதிரியான சிரிப்பை உதிர்த்து விடை பெறுவதற்கு முன்பு, 'கொஞ்சம் உட்காருங்க, அந்த காரணத்தைச் சொல்றேன்' என்றார். 'ஏன் இப்போது அதைச் சொல்லத் தோன்றியது?' என்றேன். 'தற்கொலை பண்ணப் போயிட்டான்னு சொன்னீங்க. மூணாம் மனுஷர் நீங்க சொல்றத நம்பறேன். தண்டனை போதும்னு தோணிருச்சு. வந்து என் கால்ல முத்தம் கொடுத்து மன்னிப்பு கேட்கச் சொல்லுங்க' என்றார். ஏதோவொரு சமாதானத்திற்கு அவர் தயாராகிவிட்டார் என்பதில் எனக்கு மகிழ்ச்சியே. ஆனாலும் எனக்கு அந்தக் காரணம் அவர்கள் சேர்வதைவிட முக்கியம். கொலைக்கு நிகரான செயல்களைத் தூண்டிய ஊக்கியைக் கண்டறிய வேண்டும் முதலில்.

‘ஜெமினி பாலத்தில போய்க்கிட்டு இருந்தோம். அப்பதான் மழை பெஞ்சு நின்னுருந்துச்சு. பாலத்தில் வளையும்போது வண்டி ஸ்கிட் ஆகிருச்சு. பொத்துன்னு ரெண்டு பேரும் விழுந்திட்டோம். நான் அந்தப் பாலத்து சுவத்தில இடுப்பு முட்டி விழுந்து கிடக்கேன். உயிர் போகிற வலி எனக்கு. என்னை ஓடி வந்து தூக்காம அந்த பொட்டப் பயல் ஓடிப் போய் அவனோட மொபைல் ஃபோன் ஸ்க்ராட்ச் ஆகியிருக்கான்னு செக் பண்ணிக்கிட்டு இருந்தான். அந்த செகண்ட்ல அவன் மேல வெறுப்பு வந்துருச்சு.’ அந்தக் காட்சியை திரும்பவும் ஓட்டிப் பார்த்தேன். விதிர்விதிர்த்து விட்டது எனக்கு. ஆழமான கீறல் விழுந்தது எங்கே? அவர் கண்களைப் பார்த்து தலையை இடமும் வலமுமாக மெதுவாக ஆட்டி தப்பு என்கிற மாதிரி நான் சிரித்தபோது அவரும் பதிலுக்குச் சிரித்தார். வெள்ளைக் கொடியை எத்தனை நாட்களுக்குதான் பறக்க விடாமல் துவைத்துப் பெட்டியிலேயே வைத்திருப்பது? அடிக்கடி எடுத்து அதைப் பறக்க விடுவதுதான் மனிதர்களுக்கு அழகு.

12

அந்தக் குழந்தையைக் கையில் ஏந்தியிருப்பது ஒரு ரோஜாப்பூ மாலையைத் தூக்கி மடியில் வைத்திருந்ததுபோல இருந்தது. அது என் மூக்கிற்குள் விரலை விட்டு ஆராய்ச்சி செய்து கொண்டிருந்தது. என் முடியைப் பிடித்து ஆட்டியது. நெருங்கி வந்து மீசையைக் கடிக்க முயற்சித்தது. அந்தக் குழந்தையின் முகம் அப்படியே என் கையில் கொடுக்கப்பட்ட அதன் தந்தையின் முகம் போலவே இருந்தது. மத்திய அரசு அலுவலகம் ஒன்றின் அடையாள அட்டை நகலில் அந்தக் குழந்தையினுடைய தந்தையின் முகம் ஒட்டப்பட்டிருந்தது. வட்ட வடிவிலான அந்த முகத்தில் கறுப்பு அச்சு முத்திரை குத்தப் பட்டிருந்தது. நிச்சயம் அவருக்குக் குறைந்தது நாற்பத்தைந்து வயதாவது இருக்கும் என்று நினைத்தேன். பிறந்த தேதியைப் பார்த்துவிட்டு மனதிற்குள் கணக்குப் போட்டபோது நான் நினைத்தது சரியென்று வந்தது. என் கையில் இருக்கிற சிறுபெண் கல்யாண வயதிற்கு வரும்போது அவருக்கு எழுபது வயது ஆகியிருக்கும் என்றெல்லாம் விபரீதக் கற்பனைகள் செய்து கொண்டிருந்தபோது அந்தப் பெண்ணின் குரல் என்னை நிமிரச் செய்தது.

இருபது வயதான பெண்ணின் குழந்தைதான் அது. அந்தப் பெண்ணை அவருடைய அம்மா அழைத்து வந்திருந்தார். அவளுக்கு ஒரு அண்ணன் இருக்கிறான். இவள் கெட்டுப் போனதற்கெல்லாம் என் தலையை உருட்டக்கூடாது என ஆரம்பத்திலேயே ஒதுங்கிக் கொண்டான். சொந்த ரத்தமாக இருந்தாலும் அவமானங்களை உதறி விட்டுக் கடக்கவே எல்லோரும் விரும்புகிறார்கள். அப்பா

ரோட்டோரத்தில் தட்டுக்கடை போட்டிருக்கிறார். ஒருநாள் வியாபாரத்தைக் கைவிட்டால் அன்றைய பொழுது ஓடாது என்பதால் அவரும் வரவில்லை. அந்தப் பெண்ணின் குடும்பத்திற்கு அருப்புக் கோட்டை சொந்த ஊர். அங்கு கடன் தொல்லை தாங்காமல் படித்துக் கொண்டிருந்த பிள்ளைகளை வலுக்கட்டாயமாகப் பிடுங்கி எடுத்து வந்து அவர்களுக்குப் பழக்கமே இல்லாத சென்னையில் நட்டு விட்டார் அவர்களுடைய அப்பா. புதிய நிலத்தில் தனியாக, உறுதியாக வேர் விட்டு வளர்வதற்குப் பதிலாக இன்னொரு வேண்டாத கிளையைத் தாங்கியபடி ஒரு செடி மட்டும் வளர்ந்துவிட்டது.

ரோட்டோரக் கடை மூலம் வரும் வருவாய்தான் முக்கியமான ஆதாரம். அந்தப் பையன் அவனாகவே வெட்கப்பட்டு அந்த ரோட்டோரக் கடை வியாபாரத்திலிருந்து விலகி வேறொரு வேலைக்குச் சென்று விட்டான். இந்தப் பெண்ணை அவர்களாகவே அசிங்கப்பட்டு அந்த வேலையிலிருந்து நிறுத்தி சூப்பர் மார்க்கெட் ஒன்றில் வேலைக்குச் சேர்த்துவிட்டார்கள். இதுமாதிரி கடைகளில் இருக்கும் இளம் பெண்களின் பிரச்சினையே பிறத்தியார் உற்றுப் பார்ப்பதுதான். விதவிதமாக உற்றுப் பார்க்கிற கண்கள் நகரத்தில் தனித்துவத்தோடு இருக்கின்றன. காணாததைக் கண்ட மாதிரி கண்ட இடத்திலும் வாய் வைக்கிற கண்கள் அவை.

பையன் தனக்கென்று தனியாக சம்பாதித்து ஒதுக்கி வைத்துக்கொள்ள ஆரம்பித்துவிட்டான். இந்தப் பெண்தான் குடும்பத்தின் கஷ்ட நஷ்டங்களை அனுசரித்து அச்சாணியாக இருந்து கொண்டிருந்தார். சூப்பர் மார்க்கெட்டில் வேலை பார்த்த அக்காவொன்று இந்தப் பெண்ணிற்கு எல்லா வகைகளிலும் ஆதரவாக இருந்திருக்கிறார். ஒரு சில தடவைகள் சூப்பர் மார்க்கெட்டில் இருந்து தெரியாமல் அழகு சாதனப் பொருட்களை எடுத்து வந்து இந்தப் பெண்ணிற்குப் பரிசாகக் கொடுப்பாராம். இந்தப் பெண்ணும் வெள்ளந்தியாய் வாங்கிப் பூசிக்கொண்டது. வயதுக் கோளாறு என்பதை யாரும் தாண்டிவிட முடியாதுதானே? முகத்திற்கு இன்னமும் வெள்ளையடிக்கிற முதிய மனிதர்கள் இருக்கும் நகரத்தில் இளம்பெண்ணிற்கு அந்த ஆசை வரக் கூடாதா?

அந்த அக்கா மதியம் சாப்பாடு எடுத்து வரும்போது இந்தப் பெண்ணிற்கும் சேர்த்துக் கொண்டுவருவாராம். சரியாகக் கணித்துச் சோற்றாலடித்துவிட்டார் அவர். ஒருநாள் தனக்குத் தெரிந்த ஒருத்தருக்கு பிறந்தநாள் பார்ட்டி என்று இந்தப் பெண்ணையும் அழைத்திருக்கிறார். போய்ப் பார்த்த பெண்ணிற்கு இது எங்கேயோ பார்த்த முகம் மாதிரி தெரிகிறதே என்று தோன்றவே அந்தக்காவிடம்

விசாரித்திருக்கிறார். நம்ம கடை கஸ்டமர்தான் என்று சொல்லியிருக்கிறார். எனக்கு அவசர வேலை இருக்கிறது என்று சொல்லிவிட்டு அந்தக்கா பாதியிலேயே பார்ட்டியை முறித்துக் கொண்டு வெளியேறிவிட்டதாகச் சொன்னார். 'எனக்கு குளிர்பானத்தில் மருந்தைக் கலக்கி கொடுத்துவிட்டு நான் மயக்கமுற்றதும் என்னை பாலியல் பலாத்காரம் செய்துவிட்டார் அந்த கஸ்டமர்' என்று சொன்ன பெண்ணிடம், இதெல்லாம் சினிமாவில் வருகிற கதை மாதிரி இருக்கிறது என்றேன். தூங்கும்போது கற்பழித்து விட்டார்கள் என்று சொல்கிற பெண்ணையோ தேசத்தையோ யாரும் மன்னிக்க மாட்டார்கள் என்கிற வரிகள் ஏனோ நினைவிற்கு வந்தன.

என் கையிலிருந்த குழந்தையை வாங்கி நெஞ்சோடு அணைத்துக் கொண்டு அதன் தலையில் மிருதுவாகக் கையை வைத்து, 'நான் சொல்றதெல்லாம் சத்தியம்' என்று சொன்னார் அந்தப்பெண். எனக்கும்கூட அந்தச் சந்தேகம் இப்போதும் இருக்கிறது என்று சொன்னார் அந்தப் பெண்ணின் தாய். நிறைய வாழ்க்கைகளைப் பார்த்த அவருக்கும் சந்தேகம் வருவது இயல்புதானே? நடந்த குற்றத்தில் நம் வீட்டுச் சொத்திற்கும் பங்கிருக்கிறது என எத்தனை பேர் நினைக்கிறார்கள்? ஆனால் அந்தப் பெண் சொல்வது பொய் போல எனக்குத் தெரியவில்லை. நான் உங்களை ஏமாற்றுகிறேன் என்கிற பாவனைகள் கொண்டவர்களை நிறையப் பார்த்திருக்கிறேன் என்ற அளவில் சொல்கிறேன். அந்த முகத்தில் என்னை நம்புங்கள் என்று இறைஞ்சும் பாவனை இருந்தது.

நான் முழுகாமல் இருக்கிறேன் என்று சொல்லி அந்தக்காவிடம் போய் இந்தப் பெண் சண்டை போட்டிருக்கிறார். அவரது வீட்டிற்குத் திரும்பவும் அழைத்துப் போய் பஞ்சாயத்து வைக்கக் கூப்பிட்டாராம். நாளை போகலாம் என்று சொல்லிவிட்டுப் போன அந்தக்கா திரும்பி வரவேயில்லை. சூப்பர் மார்க்கெட்டில் சில காதுகளுக்கும் இது தெரிந்து போய் இந்தப் பெண்ணை வேலையை விட்டு நிறுத்தி விட்டனர். வெளியில் தெரிந்தால் அசிங்கம் என்று சொல்லி வீட்டிற்குள்ளேயே வைத்து கருவை வளர்த்திருக்கின்றனர். அதைக் கொல்வது பாவம் என்று சொன்னவர் இவர்களுடைய அப்பா. 'மூணு உசுரு சாப்பிடறோம். நாலாவதா ஒண்ணு சாப்பிடட்டும். தெய்வம் நின்று கொல்லும்' என்று சொல்லியிருக்கிறார் அவர். பேசாமல் கலைத்திருக்கலாமே என்கிற கேள்வியை இதற்குப் பின்னர் கேட்கவே முடியாது. அரைவயிறு உணவை மட்டுமே நோக்கமாகக் கொண்டவர்கள் பிற உயிர்களையும் உணவைப் பங்கிடும் பாங்கிலேயே பார்க்கக் கற்றுக் கொண்டுவிடுகிறார்கள். ரேஷன்

அட்டையில் இருப்பதைப்போல அது ஒரு தலைக்கணக்கு மட்டுமே. தலைக்கணக்கைத் தாண்டிய உயிர்க்கணக்கும் அது.

நியாயம் கேட்க நடையாய் நடந்திருக்கிறார்கள். அந்த கஸ்டமர் மத்திய அரசு அலுவலகத்தில் வேலை செய்கிறார். அவருடைய மனைவி மத்திய அரசின் வங்கியொன்றில் வேலை பார்க்கும் உயர்ந்த குடும்பத்தைச் சேர்ந்த பெண்மணி. எனக்கு அப்போதும்கூட சந்தேகம் வந்தது. இவ்வளவையும் செய்துவிட்டு அதெப்படி சாதாரணமாக நடமாட முடியும் என்று நினைத்தேன். யாரிடம் போய் பஞ்சாயத்து வைத்தீர்கள் என்றேன். அந்த கஸ்டமரின் அண்ணன் என்று சொல்லி ஒரு எண்ணைத் தந்தார்கள். அந்த எண்ணிற்கு இந்தப் பெண்ணின் எண்ணிலிருந்து அழைக்கும்போதே ரெகார்ட் செய்யும் வசதியைப் பயன்படுத்தினேன். இரண்டு ரிங்கில் துடித்துக்கொண்டு அழைப்பை ஏற்ற அவர் எடுத்த எடுப்பிலேயே, 'சொல்லுடி தேவடியா முண்டை' என்றதும் எனக்கு விளங்கிவிட்டது. அறிமுகமே இல்லாத பெண்ணிடம் படித்தவர்களாக நடந்து கொள்பவர்கள் யாரும் இப்படிப் பேச மாட்டார்கள்.

நான் அந்தப் பெண்ணின் அண்ணன் என்று சொல்லி அறிமுகப் படுத்திக் கொண்டேன். நான் அவரை அழைத்த நேரம் இரவு எட்டுமணி என்பதால் அவர் அரை போதையில் இருந்தார். அவருக்குள் ரெட்டணங்கால் போட்டு அமர்ந்திருந்த போதை அவரை அப்படிப் பேச வைத்தது. அதிகாரம் தரும் தைரியம் அந்த போதையை விட பெரியது என்பதையும் உணர்ந்திருந்தேன். படபட வென்று அவரே ஆதாரங்களை அள்ளிப் போட்டார். 'உன் தங்கச்சி பணம் வாங்கிட்டு படுத்ததற்கு எல்லாம் வாரிசுதாரர் உரிமையைக் கொடுக்க முடியாது. ஆமாம் மருந்து கலக்கிக் கொடுத்து படுத்தான். அதற்கு என்ன செய்யச் சொல்கிறாய். உன்னால் என்ன செய்ய முடியுமோ அதைச் செய்து கொள்' என்று சொல்லிவிட்டு தொலைபேசி இணைப்பைத் துண்டித்தார். அடுத்து சம்பந்தப் பட்டவருக்கு இணைப்பைப் போட்டோம். அவர் இதைவிட அசிங்கமான வார்த்தைகளில் பேசினார். அவரும்கூட அந்த மயக்க மருந்து சம்பவத்தை உறுதிப்படுத்தினார். நாங்கள் மறுநாள் அந்த கஸ்டமரின் மனைவியை அவரது அலுவலக எண்ணைத் தேடிப்பிடித்து அழைத்து 'உங்களுக்கு ஒரு முக்கியமான செய்தியை அனுப்ப விரும்புகிறோம்' என்று சொன்னதும் அவருடைய தனிப்பட்ட எண்ணை உடனடியாக அனுப்பினார். மேற்படி பதிவு செய்து வைத்திருந்த ஆதாரங்களை அவருக்கு அனுப்பினோம்.

பிறகு அவரைத் தொடர்பு கொள்ளவே முடியவில்லை. இரண்டு நாட்கள் கழித்து அந்தப் பெண் திரும்பி வந்தபோது விஷயத்தைச்

சொன்னார். 'அவங்க வீட்டுக்கு என்னை கூப்பிட்டாங்க. நான் போனபோது எல்லாத்தையும் விசாரிச்சாங்க. மத்திய அரசு வேலைல இருக்கார். நீ கேஸ் போட்டா அவர் வேலையே போயிடும். டி.என்.ஏ டெஸ்ட் எடுப்பேன்னு மிரட்டினாதான் வழிக்கு வருவாங்க. நான் அவன்கூட இனிமே ஒரு நிமிஷம்கூட வாழமாட்டேன் என்று அந்த மனைவி சொல்லி அழுதார்' என இந்தப் பெண் சொன்னார். அது உண்மைதான் என்று எங்களுக்கும் தெரியவந்தது. அந்த மனைவி அதற்கப்புறம் எங்களையும் அழைத்து இந்த விஷயத்தைச் சொல்லி விட்டு, அவனை விவாகரத்து செய்ய ஏற்பாடுகள் செய்துவிட்டேன் என்றார்.

தொடர்ச்சியாக சில நாட்கள் அந்தப் பெண் எங்களை வந்து சந்தித்துக் கொண்டிருந்தார். வழக்கறிஞர்கள் சிலரை அந்தப் பெண்ணின் வழக்கிற்காக ஏற்பாடு செய்து கொடுத்தோம். அப்புறம் அந்தப் பெண்ணை மறந்துவிட்டேன். இடையில் நாங்கள் ஏற்பாடு செய்து கொடுத்த வழக்கறிஞரிடம் தற்செயலாகப் பேசியபோது, 'அந்த பார்ட்டிங்க செட்டிலாகிட்டாங்க' என்றார். எந்த பார்ட்டிங்க என்று அப்போது தோண்டித் துருவிக் கேட்கவில்லை. ஒருதடவை ஸ்பென்சர் பிளாசாவில் வைத்து அந்தப் பெண் சுமக்க முடியாதள விற்கு ஒரு பையுடன் நடந்து வருவதைப் பார்த்தேன். அந்தப் பெண்ணிற்குப் பின்னால் குழந்தையைத் தூக்கிக்கொண்டு நடந்து வந்தார் கஸ்டமராக இருந்த கணவர். எனக்கு எல்லாமும் புரிந்து விட்டது. அந்தப் பெண்ணிற்கு தர்மசங்கடம் எதையும் ஏற்படுத்தி விடக்கூடாது என்பதற்காக மறைந்து ஒதுங்கிவிட்டேன்.

இன்னொரு தடவை என்னுடைய பெண்ணின் வாழ்க்கையையே நாசப்படுத்திவிட்டான் என்று சொல்லி அழுத அந்த அம்மாவிடம் நீங்கள் எங்கே வேலை பார்த்தீர்கள் என்றேன். தி.நகரில் உள்ள சூப்பர் மார்க்கெட் பெயரைச் சொன்னார். உங்களுடைய பெயர் என்ன வென்று கேட்டேன். சுமதி என்றார். எனக்கு ஏதோ தந்தியடித்த மாதிரி இருந்தது. இருங்கள் வருகிறேன் என்று சொல்லிவிட்டு தனியாகப் போய் என்னை முன்பு குழந்தையோடு சந்திக்க வந்த பெண்ணின் எண்ணிற்கு அழைத்தேன். முதல் அழைப்பிலேயே எடுத்து, 'நல்லா இருக்கீங்களா சார், பாப்பா பிறந்தநாள் ஃபங்ஷனுக்கு உங்கள கூப்பிடலாம்னு இருந்தேன். அவரும்கூட கூப்பிடச் சொன்னார்' என்றார் எனக்கு எல்லாம் தெரிந்திருக்கும் என்கிற நினைப்பில். 'அது இருக்கட்டும்மா, இப்ப எனக்கு ஒரு சந்தேகம்' என்றேன்.

சொல்லுங்க சார் என ஆர்வமானார். 'நீங்க சொல்வீங்களே ஒரு அக்கா, அதுக்குப் பேர் சுமதியா. அவருக்கு ஒரு பெண் இருக்கிறாரா?' என்று

கேட்டுவிட்டு அந்தம்மா சொன்ன சொந்த விவரங்களையெல்லாம் விவரித்தேன். ஆமாங்க சார் என்று சொல்லிவிட்டு எதிர்முனை கொஞ்ச நேரம் அமைதியாக இருந்தது. 'உங்களுக்கு எப்படி சார் தெரியும்?' என்று கேட்ட அந்தப் பெண்ணிடம், 'சும்மா ஒரு தகவலுக்கு கேட்டேன்மா, நீங்க நல்லா இருக்கீங்களா?' என்று சொல்லிவிட்டு இணைப்பைத் துண்டித்துவிட்டு என் இருக்கைக்கு வந்தேன்.

அந்தம்மா தன்னுடைய பெண் ஏமாற்றப்பட்ட கதையைச் சொல்லி அழுதார். 'நான் செஞ்ச பாவம்தான் என் பொண்ண பதம் பாத்திருச்சு' என்றார் பேச்சோடு பேச்சாக. 'நீங்க செஞ்ச பாவம் என்னன்னு யாருக்குத் தெரியுதோ இல்லையோ எனக்குத் தெரியும்' என்றவுடன் நிமிர்ந்து பார்த்தது அந்தம்மா. 'அந்தப் பெண்ணும் பாவமில்லையா...' என்றதும் தலையைக் குனிந்துகொண்டார். பின்னர் சுதாரித்தவராய், 'அவ விரும்பிதான் சார் அவரோடு போனாள்' என்றார். நம்புவதற்குக் கொஞ்சம் கஷ்டமாக இருந்தாலும், முடிந்த கதையைக் கிளறுவானேன் என அமைதியாக இருந்துவிட்டேன். அந்தம்மா இங்கு வந்தபோது சாப்பிடாமல் வந்ததால் ஏதாவது சாப்பிட வாங்கித் தருமாறு பணித்துவிட்டு அங்கிருந்து வேறு வேலைக்கு நகர்ந்துவிட்டேன்.

அலுவலகத்தின் வாயில் படியருகே நின்று கொண்டிருந்தபோது என்னிடம் சொல்லிவிட்டுச் செல்வதற்காக அந்தம்மா வந்து நின்றார். அப்போது தூரத்தில் வந்து நின்ற காரிலிருந்து அருப்புக் கோட்டையில் இருந்து சென்னையில், இறுதியில் உறுதியாக வேர்விட்ட செடியான அந்தப் பெண் இறங்கினார். விறுவிறுவென்று நடந்து வந்தவர், 'சார், அவரு நிக்கறாரு. நான் இன்னொரு நாள் வந்து உங்களைப் பார்க்கிறேன்' என்று சொல்லிவிட்டு, கையிலிருந்து கொஞ்சம் பணத்தை எடுத்து அந்தக்காவின் பெண்ணின் கையில் திணித்து 'இந்தா இதுல ஐயாயிரம் ரூபாய் இருக்கு. உங்கம்மா என் வாழ்க்கைக்கு வச்ச விலை' என்று சொல்லிவிட்டு மின்னல் வேகத்தில் போய்த் திரும்பவும் காரில் ஏறிக்கொண்டார். அந்த கஸ்டமர் காரின் கண்ணாடியை வேகவேகமாக ஏற்றுவதை தூரத்தில் இருந்து பார்த்தேன் நான். எதுவுமே தெரியாத அப்பாவியான இன்னொரு சிறுபெண் ஐயாயிரம் ரூபாய் என்கிற தனக்குச் சம்பந்தமேயில்லாத துயரத்தைத் தன் கையில் சுமந்து கொண்டிருந்தார். அலுவலக வாசலுக்கு சற்றுத் தூரத்தில் இருக்கிற கோயில் உண்டியலில் அந்தம்மா இந்த ஐயாயிரம் ரூபாய் பணத்தைப் போடுவதையும் பார்த்தேன். அந்தம்மாவை விட்டு அவருடைய பெண் விலகி நடந்தார்.வெறிக்கப் பார்க்கிற நகரத்துக் கண்கள் அந்தச் சிறு பெண்ணையும் உற்றுப் பார்த்துக் கொண்டிருந்தன.

13

அந்தப் பெரியம்மா பட்டெனெ இப்படிக் கொட்டித் தீர்ப்பார் என யாரும் எதிர்பார்க்கவேயில்லை. பல்லாண்டுகளாகத் தேக்கி வைத்திருந்த சுமையை ஒற்றைச் சொல்லுக்காக இறக்கி வைத்தார். பரிபூரணமான ஒரு அன்பின் நிமித்தமாய் இறக்கி வைத்தார். மனதில் இருப்பதை இறக்கத் தோதான தாங்கு மேடைகளை மனிதர்கள் தேடியபடியே இருக்கிறார்கள். அது சிலருக்கு சீக்கிரமே வாய்த்து விடுகிறது. சிலருக்கு காலம் கடந்தும் வாய்க்காமல், சத்தத்தை வெளியே காட்ட முடியாதளவிற்கு கோழியின் வாய்க்குள் வெள்ளைப் பூண்டோடு சிக்கிக்கொண்ட முள் மாதிரி மாட்டிக் கொள்கிறது. இந்த அம்மாவும்கூட அப்படிதான் பூண்டெனெ மதிமயங்கி முள்ளைக் கொத்தி விழுங்கி மாட்டிக்கொண்டார். அது உள்ளே கிடந்து அறுத்துக் கொண்டே இருந்தது.

அறுபது வயதுக்கும் மேல் இருக்கிற அந்தப் பெரியம்மாவை அவரது மருமகள் அழைத்து வந்திருந்தார். அவருடன் அவருடைய பேரனும் வந்திருந்தார். மகனும் மருமகளும்கூட வந்திருந்தார்கள். அந்தப் பெரியம்மாவின் மருமகள் அவருடைய கணவரை வேறொரு காரணம் சொல்லி ஏமாற்றி அழைத்து வந்திருந்தார். பிறந்ததிலிருந்தே பொட்டே பார்த்திராத அந்த அம்மாளின் முகம் துயரத்தில் தோய்த்து எடுத்த மாதிரி இருந்தது. வந்ததிலிருந்தே கன்னத்தில் ஊன்றிய கையை விலக்காமல் அத்தனை அழுத்தமாக அமர்ந்திருந்தார். அவர் வாயிலிருந்து ஒருவார்த்தை வரவில்லை. கண்களில் இருந்து கண்ணீர் மட்டும் வழிந்தபடியே இருந்தது. ஒரு சுழற்சி கண்ணீர் காய்ந்து

முடிந்து, மறு சுழற்சியில் வழியப் புறப்படுவதற்கான துயர வார்த்தைகள் வந்துகொண்டே இருந்தன. அதைத் துடைக்கக்கூட அவர் முயற்சிக்கவில்லை என்பதைப் பார்க்கும்போது ஆச்சரியமாக இருந்தது.

அழுது தீர்க்கட்டும் என்றுதான் எல்லோரும் அமைதியாக அந்தம்மாளைச் சுற்றி அமர்ந்திருந்தார்கள். மகன் தினமும் குடித்து விட்டு வந்து அந்தம்மாவை ஒரு மிருகத்தைத் தாக்குவதைப்போல போட்டு அடிக்கிறார் என்று சொல்லிதான் மருமகள் அழைத்து வந்திருந்தார். வழக்கமாக போட்டு அடி என்று சொல்லி உசுப்பேற்றிவிடும் மருமகள்களுக்கு மத்தியில் இவர் தெய்வம்போல தெரிந்தார். 'என்னால பார்க்கவே முடியலைங்க. அவர் போட்டு அடிக்கும்போது எங்க அம்மா ஒரு வார்த்தைகூட பேசமாட்டேங் கறாங்க. உதட்டக் கடிச்சிக்கிட்டு ஏசப்பா ஏசப்பான்னு சொல்லிக் கிட்டே இருக்காங்களே தவிர ஒதுங்கிக்கூட போக மாட்டேங்கறாங்க' என்றார் மருமகள்.

அப்போதும்கூட அவர் எதுவும் பேசவில்லை. என்னென்னவோ கேள்விகளைக் கேட்டுப் பார்த்தும் அவர் அசைகிற மாதிரி தெரிய வில்லை. யாருக்கோ நடந்த துயரத்தைத் தள்ளி நின்று கேட்பவரைப் போல அவர் அமைதியாக அதேசமயம் அழுத்தமாக அமர்ந்திருந்தார். தேவாலயத்தில் பிரார்த்தனை சமயங்களில் அவர் இப்படிதான் அமர்ந்திருப்பார்போல. முழங்காலிட்டு தலையில் முக்காடிட்டு அமரவில்லையே தவிர, மற்றபடி அவர் ஒரு பிரார்த்தனையில் லயித்திருப்பதைப் போலதான் ஒடுங்கியிருந்தார். அவர் புற உலகிலிருந்து விலகி அகவுலகில் யாருடனோ தீவிரமாக உரையாடிக் கொண்டிருப்பதுபோல தோன்றியது.

அந்தப் பெண்ணை பெரியம்மாதான் மகனுக்குப் பார்த்துத் திருமணம் செய்து வைத்திருக்கிறார். கஷ்டப்பட்ட குடும்பத்தில் இருந்து வந்த அந்தப் பெண் இப்போது நன்றாக இருக்கிறார். அந்த நன்றியை வார்த்தைக்கு வார்த்தை காட்டிக் கொண்டிருந்தார். 'என் வீட்லகூட இப்படி இருந்திருக்க மாட்டேன். இங்க ராசாத்தி மாதிரி எல்லா வசதிகளோடும் இருக்கேன்னா அதுக்கு இந்தம்மாதான் காரணம்' என்றார். பெரியம்மா அரசு அலுவலகம் ஒன்றில் வேலைபார்த்து ஓய்வு பெற்றிருந்தார். அந்தம்மா பெயரில் கொஞ்சம் நிலபுலன்கள் இருந்தன. அதை விற்றுக் கொடுக்கச் சொல்லி அந்த மகன்காரர் மிரட்டிக் கொண்டிருந்தார். அந்தச் சண்டையின் காரணமாகதான் அடி உதை எல்லாமும் கிடைத்துக் கொண்டிருந்தது அந்தம்மாவிற்கு என்று மருமகள் சொன்னார். 'என் கணவரை எங்கேயாவது போய்விட

சொல்லுங்கள், நாங்கள் மூவரும் தனியாக வாழ்ந்து கொள்கிறோம்' என்றார் மருமகள். உண்மையில் அந்த மருமகளுக்கும் தன் கணவரோடு வாழ ஏனோ பிரியமில்லை.

அந்தப் பெரியம்மாவோடு வந்திருந்த தெரிந்தவர்கள் சிலர் அந்தம்மா எப்படியெல்லாம் அந்தப் பையனை கஷ்டப்பட்டு வளர்த்தார் என்கிற கதையை விவரித்தார்கள். தான் கஷ்டப்பட்டாலும் அவன் மீது ஒரு துரும்புகூட விழாமல் பொத்திப் பாதுகாத்தது அந்தம்மா என்றார்கள். நல்ல கல்லூரியில் படிக்க வைத்திருக்கிறார். அவர் கேட்டதெல்லாம் வாங்கிக் கொடுத்திருக்கிறார். வீட்டில் எல்லாவிதமான நவீன சாதனங்களையும் வாங்கிப் போட்டிருக்கிறார். வேலைக்குப் போகா விட்டாலும், செலவிற்கு முறையாகக் காசு தந்துவிடுவார் அந்தம்மா என அவரோடு வந்தவர்கள் அவரை வளர்த்த விதம் குறித்துக் கதை கதையாய்ச் சொன்னார்கள்.

'வாயைத் திறந்து பேசுடி முண்டை' என எல்லோர் முன்னிலையிலும் அந்த மகன்காரர் அந்தப் பெரியம்மாவை அடிக்க ஓடி வந்தார். எல்லோரும் சேர்ந்து தடுத்து நிறுத்தினோம். 'என் வாழ்க்கையையே கெடுத்திட்டா பாவி' என வார்த்தைக்கு வார்த்தை சொல்லிக் கொண்டிருந்தார். வாழப் புகுந்த வீட்டில் நன்றாக இருப்பதால் அந்தப் பெண் இவர்களது பூர்வ கதைகள் குறித்தெல்லாம் ஒருபோதும் கேட்டதில்லை என்றார். மகன்காரர் சில்லறைச் சண்டைகள் குறித்தெல்லாம் விவரித்துக் கொண்டிருந்தார். என்ன பிரச்சினை என அந்தம்மாவும், அந்தப் பையனும் விவரமாக விளக்கவேயில்லை. அவர்களது குடும்பம் குறித்து மகன் வரைந்து காட்டியது முன்னுக்குப் பின் முரணாக இருந்தது. உங்களுடைய அப்பா எப்போது இறந்தார் என்கிற கேள்விக்கு அந்தப் பையன் இரண்டு முறை வெவ்வேறு பொருந்தாத தகவல்களைச் சொன்னார். அப்பா பெயரைக் கேட்ட போதுகூட யோசித்த பிறகே பதிலைச் சொன்னார். ஏதோ அடியாழத்தில் உருள்கிற மாதிரி எல்லோருக்கும் தோன்றிக்கொண்டே இருந்தது.

தன்னுடைய அம்மாவிற்கு என்னவெல்லாம் செய்தேன் என்று மகன் அடுக்கினார். கிறிஸ்துமஸிற்கு முதலில் அவருக்குப் புடவை எடுத்துவிட்டுதான் எல்லோருக்கும் உடைகள் எடுப்போம் என்றார். கால் வலியென்றால் இரவு முழுவதும் அழுத்தி விட்டுக்கொண்டே இருப்பேன் என்றார். உடல்நிலை சரியில்லையென்றால் விடுமுறை எடுத்துக்கொண்டு நாள் முழுவதும் இருப்பேன் என்றார். இந்தப் பெண்கூட ஆரம்பத்தில் எனக்குப் பிடிக்கவில்லை. ஆனால் என்னுடைய அம்மா சொன்னார் என்பதற்காகவே திருமணம் செய்துகொண்டேன் என்றார். என் அம்மாவிற்காக நான் ஒவ்வொரு வருடமும் விரதம் இருந்து வேளாங்கன்னி போய்விட்டு வருவேன் என்றார்.

இப்படி அந்தம்மாவிற்கு ஒரு மகனாய்ச் செய்த சகலத்தையும் சொல்லிக் காட்டினார். மனிதர்கள் எதிர்மறையான நேரங்களில் சொல்லிக் காட்டுவதற்காகவே நேர்மறையான நேரங்களில் செய்து காட்டுகிறார்களோ? அன்பை இதற்குச் சாட்சியாய் இழுத்து கக்கத்தில் சொருகிக் கொள்கிறார்கள். எப்போதாவது குடித்துவிட்டு கை ஓங்குவதை எல்லாம் அடிக்கிறான் என்று இரண்டு பேரும் சேர்ந்துகொண்டு பொய் சொல்கிறார்கள் என்றார். உடனடியாக உள்ளே புகுந்து என்னையும் சித்திரவதை செய்கிறார் என நாசூக்காகச் சொன்னார் அவரது மனைவி.

அங்கு வருவதற்கு முன்பு பேரனை அந்தம்மாவிடம் இருந்து பிரித்து விட்டார் மகன். அந்த வருத்தத்தில் இரண்டு நாட்கள் அந்தம்மா சாப்பிடவேயில்லை. மனமிரங்கி மருமகள்தான் இந்தப் பிரச்சினையைத் தீர்க்கும் நோக்கிலும் அந்தக் கணவரை அத்துவிடும் நோக்கிலும் அழைத்து வந்திருந்தார். எவ்வளவோ முயன்றும் அந்தம்மா கடைசி வரை ஒரு வார்த்தையைதான் திரும்பத் திரும்பச் சொல்லிக் கொண்டிருந்தது. 'என் பேரன மட்டும் என்ட்ட கொடுத்திருங்க. இவன் சரியில்லாத ஆளு. நான் வளர்த்துக்குவேன்.' இதைத்தான் எந்தக் கேள்விக்கும் பதிலாகச் சொல்லிக் கொண்டிருந்தது. அந்தம்மாவிற்குப் பலரோடு தொடர்பு இருந்தது என்றார் அந்த மகன். அப்போதும் அந்தம்மா அமைதியாக இருந்தது. அப்போதுதான் மகன் உச்சகட்ட குடிபோதையில் அந்த ஒற்றைச் சொல்லை அந்தம்மாவை நோக்கி எறிந்தார். 'என் பையன நைட் கூட படுக்கப் போட்டு தப்பு பண்றா.' இதைக் கேட்டதும் அந்தம்மா சிலிர்த்துக்கொண்டு எழுந்துவிட்டது.

ஓடிப் போய் மகனின் தலைமுடியைக் கொத்தாகப் பிடித்து உலுக்கியது. தடுத்த அவனது கையைக் கடித்து வைத்தது. எல்லோரும் சேர்ந்து சமாதானப்படுத்தி அந்தம்மாவை அமர வைத்த பிறகு பல்லாண்டு களாகத் தேக்கி வைத்திருந்த சுமையை இறக்கி வைக்க ஆரம்பித்தது. அந்தம்மாவிற்குத் தோதான சுமைதாங்கியை அடையாளம் கண்டு விட்டது. கடற்கரை நகரமொன்றில் தேவாலயத்தை ஒட்டியிருக்கிற பள்ளியொன்றில் ஆசிரியராகப் பணிபுரிந்து வந்திருக்கிறார். அந்த தேவாலயத்தை ஒட்டிய ஆதரவற்றோர் பள்ளியில் படித்தவர்தான் இந்த மகன். 'என்னுடைய சொந்த மகனல்ல இவன்' என்று அந்தம்மா ஓங்காரக் குரலில் சொன்னபோது அந்த மருமகள் மட்டுமல்லாமல் எல்லோரும் ஆடித்தான் போய்விட்டோம். அவர்கள் வாழ்ந்து வரும் குடும்பச் சங்கிலியில் எல்லோரும் அவர்தான் அந்தப் பெரியம்மாவின் மகன் என்று நினைத்துக் கொண்டிருக்கிறார்கள். திருமணம் செய்து கொள்ளாமல் துறவில் இருந்த அவரது வாழ்க்கையைக் கெடுத்தது

அந்தப் பையன்தான் என்றது அந்தம்மா. விதி வாழ்க்கையில் வேறொரு புதிய சித்திரத்தை வரைய ஆரம்பித்தது.

'இவன் பிஞ்சிலேயே பழுத்தவன்' என்று அந்தம்மா சொன்னபோது அவ்வளவு நேரம் அடாவடித்தனம் பண்ணிக் கொண்டிருந்த அந்தப் பெண்ணின் கணவர் ஏதோ சொல்ல வாயெடுத்துவிட்டு சட்டென தலையைக் குனிந்துகொண்டார். ஏதோ விபரீதமான கதையை அவர் சொல்லப் போகிறார் என்பதைத் தெரிந்துகொண்ட அந்த மருமகள், அந்தக் கதை என்னவென்றே தெரியாதபோதும் வேண்டாம்மா என்று தடுத்தார். அதை அந்தம்மா காதிலேயே போட்டுக் கொள்ளவில்லை. குளீரூட்டப்பட்ட அந்த அறையிலும் அந்தம்மாவிற்கு வியர்த்துக் கொட்டியது. உடல் நடுங்கியது அவருக்கு. புளியங்குடியில் இருக்கிற தேவாலயத்தில் இதுமாதிரி ஒரு காட்சியைப் பார்த்திருக்கிறேன். கோயிலின் நடுப்பகுதியில் இருக்கிற ஒரு வட்டக் கல்லைத் தாண்டியவுடன் பேய் பிடித்தவர்கள் இப்படிதான் உடல் நடுங்கி தனக்குள் இருப்பதைக் கொட்டத் துவங்குவார்கள்.

பள்ளியை ஒட்டிய குடியிருப்பில் வசித்த அந்தம்மாவை ஒருநாள் அந்தப் பையன் வந்து சந்தித்திருக்கிறார். மிஞ்சிப்போனால் அப்போது அவனுக்கு ஒரு பதினாலு வயது இருக்கலாம் என்றார். அப்போதைய வயதை சரியாக அவருக்குச் சொல்லத் தெரியவில்லையா, அல்லது சொல்ல விரும்பவில்லையா என தெரியவில்லை. சில நேரங்களில் மனிதர்கள் வேண்டுமென்றே மறதி நோய் கொண்டவர்களாக தங்களைக் கருதிக்கொள்ளப் பிரியப்படுகிறார்கள். ஒரு சந்தர்ப்பத்தில் அந்தப் பையனுக்கும் அந்தம்மாவிற்கும் இடையில் உடலுறவு நடந்துவிட்டது. 'எல்லோரிடமும் சொல்லிவிடுவேன் என்று சொல்லி மிரட்டினான். சின்னப் பையன் சொன்னாலும் சொல்லி விடுவான் என ஆரம்பத்தில் பயந்தேன். அப்புறம் வெளியில் சொல்லி விடலாம் என்று நினைக்கும்போது இவன் என் காலில் விழுந்து அழுதான். யாரிடமும் சொல்லி விடக்கூடாது என என்னிடம் சத்தியம் கேட்டான். தேவனுக்கு முன்னால் நான் சத்தியம் பண்ணிக் கொடுத்ததைக் காப்பாற்ற வேண்டும் என்பதற்காகதான் இதுவரை யாரிடமும் சொல்லவில்லை' என்று சொல்லிவிட்டு தலையில் அடித்துக்கொண்டு அழுதார் அவர். அதற்கடுத்து குற்றவுணர்வு வாட்டியெடுத்ததால் அங்கிருந்து மாற்றல் வாங்கிக்கொண்டு வேறொரு ஊருக்கு நகர்ந்து வந்துவிட்டார் அவர்.

வந்திருக்கிற ஊரில் அவருக்கு நல்லபெயர் கிடைத்திருக்கிறது. எல்லோரும் மெச்சுகிற வாத்திச்சியாக அவர் இருந்திருக்கிறார். எல்லாமும் நல்லபடியாகப் போய்க் கொண்டிருந்தபோது, இரண்டு

வருடங்கள் கழித்து அங்கேயும் தேடிக்கொண்டு அந்தப் பையன் வந்துவிட்டார். வேறு வழியில்லாமல் அவருக்காக இன்னொரு ஊர் மாறி அவரைத் தன்னுடைய பையன் என்று சொல்லி வளர்க்க ஆரம்பித்துவிட்டார். 'என் வாழ்க்கையக் கெடுத்தது நீதான் என சொல்லிவிடுவேன்' என்று சொல்லிச் சொல்லியே அந்தம்மாவை அந்தப் பையன் வாழ்நாள் முழுவதும் சித்திரவதை செய்திருக்கிறார்.

ஏன் நீங்கள் வெளியேறி இருக்கலாமில்லையா என்றபோது, 'ஆதரவற்ற பையன்களை காப்பதற்காகதான் தேவன் என்னை அனுப்பினார். நானும் தவறில் உடன்பட்டுவிட்டேன். வாழ்நாள் முழுக்க அந்தப் பாவத்தை கழுவ வழி தேடிக் கொண்டிருந்தேன். அவன் என்னை அடிக்கிற அடி ஒவ்வொன்றும் தேவன் கொடுக்கும் சாட்டையடி. அவனை ஒழுங்காக வளர்ப்பதன் வழியாக பாவத்தைக் கழுவி விடலாம் என நினைத்தேன். என்னால் முடியவில்லை. இந்த குற்றவுணர்வின் காரணமாக என்னுடைய சொந்த குடும்பத்தில் இருந்தும் ஒதுங்கிவிட்டேன்' என்றார். தன்னுடைய பெற்றோர் இறந்தபிறகு யாருடனும் தனக்குத் தொடர்பு இல்லை என்றார்.

இவ்வளவு நேரம் இதைச் சொல்லாமல் எதற்காக அமைதி காத்தீர்கள் என்றபோது, 'நான் வேறொரு ஊருக்கு வந்தபிறகு, அந்த ஒரு தடவைக்குப் பிறகு அவனைத் தொடக்கூட விட்டதில்லை. நான் செய்த பாவத்திற்கு அவனை உண்மையிலேயே என் மகனைப் போலதான் வளர்த்தேன். அவனுக்கு எல்லாமும் செய்தேன். இந்தப் பெண்ணைத் திருமணம் செய்து வைத்த பிறகாவது அவன் திருந்தி வேறொரு வாழ்க்கையை வாழ்ந்துவிடுவான் என்றுதான் நினைத்தேன். இந்தப் பெண்ணிற்காக எல்லாவற்றையும் பொறுத்துக் கொண்டிருந்தேன்' என்றார். தன்னுடைய பேரனோடு இணைத்து வைத்துச் சொன்ன வார்த்தைதான் இதைக் கொட்டிவிடச் செய்ய வைத்தது என்றார்.

'அவன் என் மகனில்லை. ஆனால் என் பேரன் எனக்கு மகன். என் பாவங்களை அவனது பாதங்களில்தான் கழுவுகிறேன். இதய சுத்தியோடு அவனை என் மகனாகப் பாவிக்கிறேன். அதில் கீறல் விழுந்ததாலேயே நான் இந்த உண்மையைச் சொல்ல வேண்டியதாகி விட்டது' என்றார். 'இல்லவேயில்லை, அந்தம்மாதான் என்னை பயன்படுத்திக் கொண்டது' என்றார் அந்தப் பெண்ணின் கணவர். அதுவரை அமைதியாக இருந்த அந்த மருமகள் தன்னுடைய கணவனுக்கு எதிராக வெடித்துவிட்டார். 'நீ செக்ஸ் அடிமைன்னு எனக்கு தெரியாதா? என்னவெல்லாம் வெளீல பண்றேன்னு சொல்லக்கூடாதுன்னு பாக்கறேன். அந்தம்மாவுக்கு தெரியக்

கூடாதுன்னு இவ்வளவு நாள் அமைதியா இருந்தேன்' என்றதும் ஆடிப் போய்விட்டார் அந்த மகன்.

எல்லோரும் கலைந்த பிறகு தற்செயலாக வெளியே வந்தபோது தூரத்தில் இருந்த கட்டடத்து வாசலில் அந்தம்மா தன்னுடைய பேரனை மடியில் கிடத்தி அலுவலகத்தில் கொடுத்த காபி டம்ளரைக் கையில் பிடித்தபடி அவனுக்கு வாயில் புகட்டிக் கொண்டிருந்தது. மனதில் இருந்த பாரத்தை மடியில் சுமந்து கொண்டிருக்கிறார் அவர் என்று தோன்றியது. இதுவரை நடந்த எதையும் சுமக்காமல் இருவரும் மூக்கோடு மூக்குரசி சிரித்துக் கொண்டிருந்தார்கள். இயற்கை சில நேரங்களில் வேண்டுபவர்களுக்கு ஏதுவாகவும் நடந்து கொள்ளும். அதை அவர் தேவனின் மகிமை என்றுகூட சொல்லலாம். உற்றுக் கவனித்தேன். அந்தப் பையனுக்கு அச்சு அசலாய் அந்தம்மாவின் முகம்.

14

'நான் ரெண்டு மாத கர்ப்பமாக இருக்கிறேன். வா வீட்டோடு சேர்ந்துவிடலாம்' என்று சொல்லி அந்தப் பெண் இந்தப் பையனை அழைத்து வந்திருந்தார். இடையனோடு இருக்கிற செம்மறி யாட்டைப்போல இழுத்த இழுப்பிற்கெல்லாம் வளைந்து கொடுத்துக் கொண்டிருந்தான் அவன். அந்தப் பையனுக்கு மிகச் சரியாக பதினாறு வயது. அந்தப் பெண்ணிற்கு இருபத்திரண்டு வயது. அந்தப் பெண்ணிடம் டியூஷன் படித்த பையன்தான். பார்க்கும்போது அப்படியெல்லாம் வயது வித்தியாசம் தெரியவில்லை. பையன் இருபத்தைந்து வயதுக்குண்டான வளர்ச்சியில் இருந்தான். மீசையிருக்கிற பக்கத்தில் ஐந்தாறு பூனை முடிகள் இருந்தன. ஆனாலும் இரண்டு பேரையும் சாலையில் நடக்கவிட்டு ஐந்தாறு பேரிடம் கேட்டுப் பார்த்தால், நல்ல பொருத்தமான ஜோடி என்றே சொல்வார்கள்.

சென்னையில் இருந்து ஒருநாள் இரவு டியூஷன் முடிந்த கையோடு தப்பித்து கோவைக்கு ரயிலேறி விட்டார்கள். எங்கே போவது என்பது தெரியாமல் அகிலாண்டேஸ்வரி கோயில் வாசலில் போய் உட்கார்ந்து விட்டார்கள். கோயிலுக்கு எதிரே பழம் விற்கும் பெண்மணி ஒருத்தர் இதைக் கவனித்துவிட்டு மாலையானதும் அவருடைய வீட்டிற்கு அழைத்துச் சென்றிருக்கிறார். அடுத்த இரண்டு நாளில் தனியாக வீடெடுத்துக் கொடுத்து தங்க வைத்திருக்கிறார். எந்தப் பக்கம் போனாலும் தலைக்கு மேல் கூரை என்பதற்கு இன்னமும் உத்தரவாதமிருக்கவே செய்கிறது. அந்தப் பழக் கடையிலேயே பையனுக்கு வேலையும் போட்டுத் தந்திருக்கிறார். பெண்ணிற்கு

அந்தப் பையன் புதிதாக சங்கிலி ஒன்று வாங்கித் தந்திருக்கிறான். தங்கமா அது என்றேன் சந்தேகமாக. இல்லை கவரிங் என்று சொல்லி அந்தப் பெண் நீண்ட நாள் புரையோடிய கூச்சத்துடன் சிரித்தது. புதிதாக சில சுடிதார்கள் வாங்கித் தந்திருக்கிறான். பழக்கடைக்கார அம்மாதான் வீட்டோடு போய் சேர்ந்துவிடுங்கள் என்று காசு கொடுத்து அனுப்பி வைத்திருக்கிறார்.

பையனை அழைத்துக்கொண்டு போகவும் பெண்ணை அழைத்துக் கொண்டு போகவும் இரண்டு தரப்பிலும் ஆட்கள் வந்திருந்தார்கள். அந்தப் பையனையும் பெண்ணையும் ஆரம்பத்தில் அமர வைத்து இந்த உறவின் பக்க விளைவுகள் குறித்தெல்லாம் விளக்கியபோது அந்தப் பெண் தெளிவாகச் சொல்லிவிட்டார். 'நான் இவன்கூட மட்டும்தான் வாழ்வேன். எங்கள் வீட்டில் பிரிக்க நினைத்தால் அடுத்த நிமிடமே செத்துப் போவேன். என்னை அனுப்பிவிட்ட அரை மணிநேரத்தில் செத்துப் போய்விட்டாள் என்று உங்களுக்கு செய்தி வரும்' என்றார். அதைச் சொல்லும்போது அவருடைய முகம் ஆக்ரோஷத்தின் உச்சியில் இருந்தது. இதைக் கேட்டதும் பையன் நெகிழ்ந்து போய் இத்தனை பேர் இருக்கிறார்கள் என்கிற உணர்வே இல்லாமல் அந்தப் பெண்ணைக் கட்டிப் பிடித்து முத்தம் கொடுக்க முயன்றான். சின்னப் பையன் கையில் பொம்மை கிடைத்தால் இப்படிதான் நடக்கும். அவசரமாக விலகினார் அந்தப் பெண்.

'சட்டப்படி உங்கள் திருமணம் செல்லாது தெரியுமா?' என்றபோது இருவரும் அதுகுறித்து அலட்டிக் கொள்ளவே இல்லை. பையனின் தரப்பு ஆரம்பத்திலேயே இதில் எங்களுக்கு உடன்பாடு இல்லை என தெளிவாகச் சொல்லிவிட்டது. பையனுடைய அம்மா வரவில்லை. பையனுடைய அப்பா மூன்று வருடங்களுக்கு முன்பு தவறிவிட்டார். பையனின் அம்மாவிற்கு கேன்சர் முற்றிப் போய் சிகிச்சையில் இருக்கிறார். 'அம்மா இப்படி இருக்கும்போது ஓடிப் போகணும்னு இவனுக்கு தோணிருக்குன்னா இனி பேசி ஒண்ணும் பிரயோசன மில்லை' என்றார்கள். இவனைப் பார்க்க வேண்டும் என்று அந்த பெரிய உசிரு படுத்துக் கிடக்கிறது என்றார்கள். பையனுக்கு அந்தப் பாச உணர்வு இருக்கிறதா என்று நோக்கியதில், அது இல்லை யென்பது தெளிவாகத் தெரிந்தது. எல்லாவற்றையும் எளிதாக எடுத்துக்கொள்ளும் பக்குவத்தில் இருந்தான் அவன்.

பெண் தரப்பு, அவளுக்காக வாங்கி வைத்திருக்கிற நகைகள், அவளுக்குத் திருமணம் செய்வதற்கான ஏற்பாடுகள் என சகலத்தையும் சொன்னார்கள். பெண்ணும் பையனும் தனியாக அமர்ந்திருந்த இடத்திற்கு பெண் தரப்பு வந்தபோது, பையன் அந்தப்

பெண்ணின் தொடையில் கைவைத்தபடி அமர்ந்திருந்தான். அதைக் கண்ட அந்த அப்பா கொதித்துப் போய் 'எடுடா கைய' என்றார். பையன் தெனாவெட்டாக தொடையை அழுத்திப் பிடித்தான். எல்லோரும் சேர்ந்து கண்டித்த பிறகு கையை எடுத்தான். பெண்களைப் பெற்ற அப்பாக்களுக்கு எல்லாக் கைகளும் முரட்டுக் கைகள்தான்.

அந்தப் பெண் போட்டிருந்த சுடிதாரைச் சுட்டிக் காட்டி அந்தப்பா சொன்னார். 'இவளுக்கு ஆயிரம் ரூபாய்க்கு சுடிதார் எடுப்பேன். இப்ப பாருங்க ஆட்டக்காரி மாதிரி ஒரு டிசைன்ல போட்டிருக்கறத' என்றார். பெண்ணின் அம்மா பக்கத்தில் வந்தமர்ந்து பெண்ணின் ஜாக்கெட்டை விலக்கிப் பார்த்தார். அதில் தாலியை மறைத்துச் சொருகியிருந்ததைப் பார்த்துவிட்டு தலையில் அடித்துக்கொண்டு அழுதார். வெளியே புத்தம் புதிய அந்த மஞ்சள் கயிற்றை இழுத்து அதில் கட்டியிருந்த கிழங்கை எல்லோருக்கும் தெரியும்படி காட்டி அழுதார் அந்த அம்மா. வரும்போது பெண்ணிற்கு எடுத்த நகைகளைக் காட்டுவதற்காகக் கையோடு எடுத்து வந்திருந்தார்கள். அதை அந்தப் பெண்ணின் முன்னிலையிலேயே திறந்து காட்டவும் செய்தார்கள்.

பெண்ணுடன் தனியாகப் பேசவேண்டும் என்று சொன்னபோது, பையன் திடமாக மறுத்தான். பையனின் அண்ணன்காரன் அதட்டுப் போட்டு, 'அவங்க பொண்ணுட்ட என்ன வேணும்னாலும் பேசட்டும். அவ ஸ்ட்ராங்கா இருந்தா என்ன நடந்திடப் போகுது' என்றான். ஆரம்பத்தில் இருந்தே அவன் தன்னுடைய தம்பிக்கு ஆதரவாகவே இருந்தான். குடும்பத்திற்குக் கட்டுப்பட்டே, சேர்த்து வைத்து விடலாம் என்கிற வார்த்தையைச் சொல்லாமல் இருந்தான். அந்தப் பெண் போவதற்கு எழுந்தபோது, கையைப் பிடித்து இழுத்ததைப் பார்த்த அந்தப்பா எழுந்து வந்து அந்தப் பையனை அடித்தார். பதிலுக்கு அவன் அவரைத் திருப்பி அடித்தான். பையனின் அண்ணன் தன் தம்பியின் செவுளோடு சேர்த்து சாத்தி விலக்கிவிட்டான்.

தனியறையில் நீண்ட நேரமாகப் பேச்சுவார்த்தை நடந்து கொண்டிருந்தது. தனியாகதான் பேசுவோம் என்று சொல்லி விட்டதால், யாரையும் உள்ளே அனுமதிக்கவில்லை. திரும்பி என்னிடமே வருவாள் பாருங்கள் என தலையைக் குனிந்துகொண்டு அந்தப் பையன் சொல்லிக்கொண்டே இருந்தான். இடையில் அந்தப் பெண்ணின் அப்பா வெளியில் வந்து எங்கோ கிளம்பிப் போனார். என்ன நடக்கிறது என்று எல்லோரும் அமைதியாக வேடிக்கை பார்த்துக் கொண்டிருந்தோம். திரும்பி வந்தவர் கையில் அந்தப் புகழ்பெற்ற நிறுவனத்தின் ஐஸ்க்ரீம் இருந்தது. 'இதுன்னா அவளுக்கு

ரொம்ப இஷ்டம்ங்க' என்றார் புன்னகையுடன். எனக்கு எல்லாமும் தெளிவாகப் புரிய ஆரம்பித்துவிட்டது. மந்தையில் இருந்த ஆடுகளைப் பிரித்து விட்டார்கள். அவரோடு உள்ளே நுழையப் போன என்னை பெண்ட்ரெஸ் மாற்றுகிறாள் என்று சொல்லித் தடுத்து நிறுத்தினார்.

அந்தப் பெண் வெளியே வந்தபோது வேறொரு ஆளாக மாறிப் போயிருந்தார். கழுத்தில் இருந்த கவரிங்கிற்குப் பதில் தங்கம் ஏறியிருந்தது. ஆட்டக்கார சுடிதாருக்குப் பதில் ஆயிரம் ரூபாய் சுடிதார் மேனியில் தவழ்ந்து கொண்டிருந்தது. பெண்ணின் நெற்றி வகிட்டில் இருந்த பொட்டு அழிக்கப்பட்டிருந்தது. தாலியைப் பார்த்தேன். அது அந்தப் பெண்ணின் கையில் இருந்தது. பையன் வீட்டாரிடம் போய் ஏதோ பேசினார்கள். எல்லோரும் சேர்ந்து ஏதோ ஒரு முடிவிற்கு வந்துவிட்டதுபோல தோன்றியது. அதுதான் நடக்கவும் செய்தது. விளையாட்டுப் பிள்ளைகளின் வெள்ளாமையை பெரிய ஆட்கள் கதிர் பிடித்துச் சோதித்துக் கொண்டிருந்தார்கள். கடைசியில் அது வீடு வந்து சேராது என்றே முடிப்பார்கள். செப்புச் சாமான்களுக்கு சமையலறையில் ஒருபோதும் இடம் கொடுக்க மாட்டார்கள். தெருப் புழுதியில் கிடந்து அது மண்ணோடு மண்ணாக மக்கிப் போவதுதான் அதன் சாராம்சமும். இல்லையெனில் பரணில் போட்டுவிட்டு பெரியவர்களானதும் பழைய நினைவுகளில் மூழ்கி உருட்டிப் பார்த்துக் கொண்டிருக்கலாம் அதை.

உரிய வயது இரண்டு பேருக்கும் வரட்டும். நாங்களே சேர்த்து வைத்துவிடுகிறோம் என கூட்டாகச் சொன்னார்கள். இதைக் கேட்ட பையன் அழுது முரண்டு பிடித்தான். அந்தப் பெண்ணையும் பையனையும் தனியாகப் பேச விடவேண்டும் என்றார்கள். பாதுகாப்பிற்கு அண்ணன்காரர் கூடவே போய் நின்றார். என்ன சொன்னார் அந்தப் பெண் என்று தெரியவில்லை. வெளியே அந்தப் பையன் கண்ணைத் துடைத்துக்கொண்டு வந்தான். யாரும் எதிர்பாராத வேளையில் வாசலை நோக்கி ஓட்டம் பிடித்தான். அவன் ஏழாவது மாடியில் ஏறி தற்கொலை செய்தாலும் செய்துகொள்வான் என ஒரு குரல் எங்கிருந்தோ வந்தது. விரட்டிக்கொண்டே ஓடிப் போய்ப் பார்த்தபோது அவன் கடைத் தெருவை நோக்கி ஓடிப் போய்க் கொண்டிருந்தான்.

இடைப்பட்ட நேரத்தில் நான் அந்தப்பாவை அழைத்து, 'ரெண்டு மாத கர்ப்பம் என்று சொன்னார்கள்...' என்பதைத் தயங்கித் தயங்கிச் சொன்னேன். 'அதெல்லாம் இவனை இங்க கூப்ட்டு வர்றதுக்கு பொய் சொல்லியிருக்கா என் பொண்ணுங்க. நீங்களே கேட்டுப் பாருங்க.

அவ பத்தரமாத்து தங்கமாதான் திரும்பி வந்திருக்கா' என்றார். நான் குழப்பமாகிவிட்டேன். அந்தப் பெண்ணைத் தனியாக அழைத்து ஏன் பொய் சொன்னீர்கள் என்றேன். 'அப்படி கூப்பிட்டாதான் வருவான். என் குடும்பத்திடம் போறேன்னு சொன்னா கோவத்தில கொன்னே போடுவான். என் அப்பாவையே எப்படி அடிச்சான்னு பாத்தீங்கல்ல' என்றார். எங்களிடமும் ஏன் பொய் சொன்னீர்கள் என்றேன். அந்தப் பெண் பதில் பேசாமல் அமைதியாக இருந்தார். உடனடியாகத் தட்டைத் திருப்பிப் போடுகிற வித்தையை இப்போதெல்லாம் சின்னவயதிலேயே கற்றுக் கொள்கிறார்கள்போல. இதுமட்டும்தான் காரணமா என்றேன். ஏதோ சொல்வதற்காக அந்தப் பையனின் அண்ணன் உள்ளே வந்ததை நாங்களிருவரும் கவனிக்கவில்லை. நீண்ட தயக்கத்திற்குப் பிறகு அந்தப் பெண் அந்தக் காரணத்தைச் சொன்னார். அதுகூட நிஜமா என்று இன்று வரை எனக்குத் தெரியவில்லை.

'அவன் உடம்பில இருந்து ஒரு வீச்சம் எப்பவும் வந்துக்கிட்டே இருக்கும். கம்புகூட்டுல, அந்த இடத்தில சின்னச் சின்ன பூச்சி ஊறும். என்னால தாங்கவே முடியலை. தினமும் படுக்கச் சொல்லி டார்ச்சர் பண்றான். பக்கத்தில போனாலே எனக்கு குமட்டிக்கிட்டு வருது' என்றார் முகத்தை அப்பாவியாய் வைத்துக்கொண்டு. 'நீங்க ரெண்டு பேரும் சேர்ந்து வந்தபோது, இப்படியெல்லாம் நீங்கள் முகத்தைச் சுழிக்கவில்லையே?' என்றேன். 'மூணு மாசம் பொறுத்துட்டோம். எப்படியும் அப்பா அம்மா வந்து கூப்ட்டு போயிருவாங்க. இன்னும் கொஞ்ச நேரம் பொறுத்துக்கிட்டு இருக்கலாம்னு இருந்தேன்' என்றார். பின்னால் நின்றிருந்த அண்ணன்காரருக்குக் கோபம் வந்து விட்டது. ஓடி வந்து அந்தப் பெண்ணின் தலையில் ஓங்கி அறைந்து விட்டார். மறுபடியும் போர்க்களமானது அந்தப் பகுதி. எல்லோரையும் பிரித்து எடுத்து தனித் தனியாக அவர்கள் வந்த காரில் ஏற்றும் வேலைகளை அவர்களுடன் வந்தவர்களே செய்ய ஆரம்பித்தார்கள்.

இத்தனை களேபரத்திலும் அந்தப் பெண் பாந்தமாக அமர்ந்து நெக்லஸை அதன் முகம் தெரியும்படி சரியாக எடுத்துப் போட்டுக் கொண்டிருந்தார். ஓடிப் போன பையனைத் தேடிக்கொண்டு போனவர்கள் திரும்பவும் இழுத்துக்கொண்டு வந்தார்கள். அவனுடைய கால்சட்டைப் பைக்குள் கையை விட்டபடி வந்தான். 'கத்தி ஏதாவது வாங்கிட்டு வந்திருக்கப் போறான் பாருங்க' என யாரோ குரல் கொடுத்தார்கள். எல்லோரும் சேர்ந்து கையை பாக்கெட்டிற்குள் இருந்து விடுவித்தபோது, அதில் கேட்பரீஸ் சாக்லெட் பார் இருந்தது. சிலர் சிரித்தார்கள். காரில் ஏறி உட்கார்ந்த அந்தப் பெண்ணிடம்

ஜன்னல் வழியே நீட்டினான் அதை. வேண்டா வெறுப்பாக அதை வாங்கிக்கொண்டார் அந்தப் பெண். கார் வாசலைக் கடந்தபோது யாரோ அதைப் பிடுங்கி வெளியே வீசியது தெரிந்தது. துள்ளத் துடிக்க அந்த சாக்லெட் பார் சாலையின் ஓரத்தில் வந்து விழுந்தது. அது இன்னொரு கையில் சேர்கிற வரை எல்லாம் தெரிந்த கால்களை அமைதியாக வேடிக்கை பார்த்துக் கொண்டிருக்கும்.

அலுவலகம் செல்லும் வழியில்தான் அவன் வீடு இருந்தது. மெனக்கெட்டு ஒரு சுற்று சுற்றிப் போனால் அவன் வீட்டு வாசல் வரை கார் போக முடியும். போய்ப் பார்த்தால் என்ன என ஒருநாள் தோன்றியதால் பதற்றத்துடன் அந்த வீட்டை நோக்கிப் போனேன். வாசலில் அந்தப் பையன் அமர்ந்திருந்தான். ஏதோ வித்தியாசம் தெரிந்தது அவனிடம். தூரத்தில் இருந்தபடியே ஒரு ஐந்து நிமிடம் அவனையே கவனித்துக் கொண்டிருந்தேன். அந்த ஐந்து நிமிடத்தில் ஒரு நூறு தடவையாவது, அவனுடைய தொளதொளவென்றிருந்த சட்டையை முன்னுக்கு இழுத்து, தலையைக் குனிந்து மூக்கை உள்ளே நுழைத்து உடலில் வாடை இருக்கிறதா என மோந்து பார்த்திருப்பான். யாருமே எடுக்கத் துணியாத அந்த சாக்லெட் பாரைப்போல தெருவில் வீழ்ந்து கிடந்தான் அவன்.

15

என் முன்னால் வந்தமர்ந்த, ஐம்பது வயது மதிக்கத்தக்க அந்த அம்மாவின் முகத்தை உற்றுப் பார்த்தேன். இதே மாதிரி ஒரு முகத்தை ஒருதடவை புகைப்படம் ஒன்றில் பார்த்தேன். சுந்தரவனக் காடுகளில் மனிதர்களை அடித்துத் தின்னும் புலிகள் உண்டு. மனித ரத்த ருசி கண்ட புலிகள் அவை. காடுகளில் மறைந்து திரியும் அவை ஒளிந்து திரிந்து மனிதர்களைத் தாக்கி அழித்து இழுத்துக்கொண்டு உள்ளே சென்றுவிடும். அப்படியொரு புலியின் புகைப்படத்தைக்கூட பார்த்திருக்கிறேன். அப்படிப்பட்ட புலியொன்றால் தாக்கப்பட்ட பெண்ணின் புகைப்படம் அது. ஒருபக்க முகத்தை அரிந்து எடுப்பதுபோல, தன்னுடைய கால் நகங்களால் தாக்கியிருந்தது. அந்த அம்மாவின் முகத்தின் ஒருபக்கம் தசை அரிந்து எடுக்கப்பட்ட தடங்கள் இருந்தன. ஒரு கண் இல்லவே இல்லை.

ஆசிட் அடிக்கப்பட்ட அப்பாவிப் பெண்களின் முகங்களைப் பார்த்திருப்பீர்கள்தானே? அப்படி இருந்தது அந்தம்மாவின் முகம். என் முன்னால் வந்தமர்ந்திருந்த அவருக்கும் முகம் அப்படிதான் இருந்தது. யாராவது ஆசிட் அடித்துவிட்டார்களா என்று தயங்கித் தயங்கிக் கேட்டேன். இல்லையென்றார் அவர். ஏதாவது தீ விபத்து ஏற்பட்டுவிட்டதா என்றபோது அதற்கும் இல்லையென்றார். அப்புறம் எப்படி இப்படியானது என்றபோது, ‘என் கணவர் குடிபோதையில் இரும்பு கம்பியை வைத்து முகத்தில் அடித்ததால் ஏற்பட்ட காயமும் தழும்பும் அது’ என்றார். இப்படி ஒரு கொடூரக்காரரை என் வாழ்க்கையில் பார்த்ததே இல்லை. இப்படித்

தாக்க வேண்டுமெனில் அடியாழத்தில் ரத்த ருசி கண்டவரால்தான் முடியும்.

ஆனால் அந்தத் துயரங்களின் தடயமே இல்லாமல் சாந்தமே உருவாக அந்த அம்மா தன்னுடைய கதையைச் சொன்னார். வலியோ வலியில்லையோ, துயரங்களின் எல்லையில் போய் நின்றுவிட்டு வந்தவர்களுக்கு எல்லா அனுபவங்களும் ஒன்றுதானோ? அவருடைய கணவர் வட சென்னையில் மிகப் பெரிய ரௌடி. சின்ன வயதாக இருந்தபோது எல்லா பெண்களுக்கும் இருக்கும் ஒரு ஈர்ப்பின் நிமித்தமாக அவரைக் காதலித்து மணம் செய்துகொண்டார். ஒரேயொரு மகன் இருக்கிறார். காதலித்து வீட்டை விட்டு வெளியேறியதால், இவர் சித்திரவதைக்கு உள்ளாகும்போது யாரும் கேட்கத் துணியவில்லை. ஒதுக்கி விட்டார்கள் என்பதைத் தாண்டி அவரது கணவரின் மீதிருந்த பயமும் அதற்குக் காரணம். அவர் கதை சொல்லும்போது பாதிக்கப்பட்ட அவரது இடது கண்ணில் நீர் வந்தபடியே இருந்தது. சேலை முந்தானையால் அதைத் துடைத்தபடி கதை சொல்லிக் கொண்டிருந்தார். துடைக்கத் துடைக்கத் துயரம் வழிந்துகொண்டே இருந்தது.

அவரைத் தேடி நிதமும் ஆட்கள் வந்துகொண்டே இருப்பார்கள். பட்ட மரம் சும்மா இருந்தாலும் காற்று சும்மா இருக்காது. இலைகள் இல்லாவிட்டாலும் கிளைகளை ஆட்டிக்கொண்டே இருக்கு மல்லவா? 'நாங்கள் சாப்பிட்டோமா என்று அவர் கேட்டதே இல்லை. நான் வீட்டு வேலைக்குச் சென்று சேர்த்து வைக்கும் பணத்தை எடுத்துக்கொண்டு போய்க் குடித்துவிடுவார். ரௌடித் தொழிலில் அவர் சம்பாதிக்கவே இல்லை. யாராவது குடி வாங்கித் தந்தால் யாரையாவது குத்தக் கிளம்பிவிடுவார். சிறையில் தூக்கிப் போடுவார்கள். விடுதலையாகி வந்த மறுநாள் யாரையாவது போட்டு அடித்துவிடுவார். அவர் வீட்டில் இருந்த நாட்களைவிட சிறையில் இருந்த நாட்கள்தான் அதிகம். என்னுடைய சித்தி ஒருத்தர் யாருக்கும் தெரியாமல் ரேஷன் அரிசி கொண்டுவந்து தருவார். அதைக் கஞ்சியாகக் காய்ச்சி நானும் என் பையனும் குடிப்போம்' என்றவரிடம், 'உங்களுடைய பையன் இப்போது எப்படியிருக்கிறார்?' என்றேன். தேவன் புண்ணியத்தில் இப்போது நன்றாக இருப்பதாகச் சொன்னார். 'இப்போது என்ன பிரச்சினை?'

'ஒரு பிரச்சினையுமில்லை. நானும் என் கணவரும், என் பையனும் நன்றாக இருக்கிறோம். தேவனுக்கு ஊழியம் செய்கிறோம்' என்றார். முகத்தையே சிதைத்த ஒரு மனிதனுடன் எப்படிச் சந்தோஷமாக இருக்க முடியும் என எனக்குத் தோன்றியது. பொதுவாகவே

கிறிஸ்துவத்தில் ஊறிய மனிதர்களிடம் மன்னிக்கிற குணத்தை நிறையக் கண்டிருக்கிறேன். எல்லா மதங்களிலும் மன்னிக்கிறவர்கள் இருக்கிறார்கள். ஆனால் மன்னிப்பையே மூலதனமாக்குகிற ஒரு மதத்தில் இப்படி ஒரு அம்மா இருப்பது எனக்கு ஆச்சரியத்தைத் தரவில்லை. மன்னிப்பதைச் சொல்லிச் சொல்லி பல்விளக்குவது போல அதில் இருப்பவர்கள் ஒரு பழக்கமாகவே ஆக்கிக்கொண்டு விட்டனரோ? 'உங்களுடைய கணவர் யார்?' என்றேன்.

'அவர் தேவாலயம் ஒன்றில் பிரசங்கம் செய்கிறார்' என்றார் அந்தம்மா. மனம் திருந்திய மைந்தர்கள் பலரைப் பார்த்திருக்கிறேன். ஆனால் இந்த மனிதர் மனம் திருந்தினாலும் அவரிடம் பழைய ரத்த ருசி கண்டிப்பாக ஒட்டியிருக்கும் என்று தோன்றியது. 'அவரை அழைத்து வந்திருக்கிறீர்களா?' 'ஆமாம், வெளியே அமர்ந்திருக்கிறார்' என்றார். நான் வெளியே எட்டிப் பார்த்தேன் சுந்தரவனத்தில் இருந்து தப்பித்த புலியொன்று அமர்ந்திருந்தது. அதன் கண்களைப் பார்த்தேன். சாந்தமாக இருந்தன அவை. அவரை உள்ளே வரச் சொன்னேன். மெல்லிய குரலில் 'என்னை கானா பாஸ்டர் என்று சொன்னால் எல்லோருக்கும் தெரியும்' என்றார். எதற்காக இங்கே வந்திருக்கிறீர்கள் என்றதும், பாவ மன்னிப்பு கேட்க என்றார். எனக்கு அவர் சொன்ன விதம் விந்தையாக இருந்தது. 'பாஸ்டரிடம் போய் தான் எல்லோரும் பாவமன்னிப்பு கேட்பார்கள். பாஸ்டரே பாவ மன்னிப்பு கேட்க வருகிறீர்களே...' என்றேன் மெல்லிய நக்கலுடன்.

'ஒரு பதினைந்து வருடங்களுக்கு முன்பு இப்படி நக்கல் அடித்திருந்தால் உங்கள் முகத்தை நீங்களே பார்த்திருக்க முடியாது' என்றார் அப்பாவியாய்ச் சிரித்துக்கொண்டு. 'ரத்த ருசி இன்னும் போகவில்லை, அப்படிதானே?' என்றபோது, 'நான் எவ்வளவு கொடூரமாக இருந்தேன் என்பதைச் சொல்வதற்காக அப்படிச் சொன்னேன். தவறாக எடுத்துக் கொள்ளாதீர்கள் ப்ரதர்' என்று சொல்லிவிட்டு அமர்ந்து அவர் மனமாற்றம் அடைந்த கதையைச் சொல்லத் துவங்கினார். முதிய புலியொன்று உறுமுகிற மாதிரி சத்தம் எனக்கு மட்டும்தான் கேட்டதா?

'என் மனைவியின் அழகைச் சிதைத்தது நான்தான். ஆனால் நான் வீழ்ந்து கிடந்தபோதுகூட அதை அவள் சொல்லிக் காட்டியதில்லை. காதலித்தபோது எப்படி நடந்துகொண்டாளோ அப்படிதான் இன்றுவரை நடந்து கொண்டிருக்கிறாள். மெழுகுவர்த்தியாய் உருகும் மாதர் குல மாணிக்கத்தை இந்த உலகம் கண்டு கொள்ள வேண்டும் என்பதற்காகதான் அழைத்து வந்தேன்' என நாடக பாணியில் சொன்னார். அசந்தர்ப்பங்களைப் பார்த்த பல மனிதர்கள்

நாடக மேடைகளின் பாத்திரமாகவே மாறிப் போய் விடுகிறார்கள் போல.

‘நான் எத்தனையோ சந்தர்ப்பங்களில் தனியறையில் அவளது பாதம் தொட்டு மன்னிப்பு கேட்டிருக்கிறேன். அவள் பாதங்களைத் தொடும் போது பதறி விலகி கால்களை விலக்கிக் கொள்வாள். தனியறையில் என்னுடைய கர்வத்தை என் கண்ணீரால் கழுவினேன். ஆனால் வெளியில் இன்னும் பழைய அந்த ரௌடியாகதான் நடமாடிக் கொண்டிருக்கிறேன். எல்லோர் முன்னிலையிலும் அவளது பாதம் தொட்டு மன்னிப்பு கேட்பதற்காக அழைத்து வந்தேன்’ என்று சொல்லிவிட்டு குலுங்கிக் குலுங்கி அழுதார். உண்மையிலேயே அந்த மனிதர் திருந்திவிட்டார் என்று தோன்றியது. சொன்ன மாதிரியே நெடுஞ்சாண்கிடையாக அந்த அம்மாவின் காலில் விழுந்து மன்னிப்புக் கேட்டார். அவரது கால்களைத் தூக்கி நெஞ்சில் வைத்து பிரார்த்தனைகள் செய்தார். பின்னர் அதற்கு அவர் முத்தமும் கொடுத்தார். காதலின் முத்தமா அது என எனக்குச் சொல்லத் தெரியவில்லை.

பாஸ்டர் அவரது பழைய ரௌடித் தனங்களை விவரித்தார். அந்தம்மா இவரை வெறும் தெரு ரௌடி என்றுதான் அறிமுகம் செய்திருந்தது முதலில். ஆனால் அவர் சொன்ன கதைகள் எல்லாமும் அக்மார்க் ரத்த வாடை கொண்ட கதைகள். தொழில்முறை ரௌடி அவர். இரவில் தனியாகப் போய்க்கொண்டு இருக்கும் மனிதர்களைத் தாக்கிப் பணத்தைப் பறிப்பதுதான் அவர்களது பிரதான தொழில். ‘ஆனால் இதுவரை நான் கொலைகள் எதையும் செய்ததில்லை’ என்றார். ‘அதுதான் கொலைக்கு நிகரான காரியங்களைச் செய்திருக்கிறீர்களே’ என்றேன். ஆமாம் என்று ஒத்துக்கொண்ட அவர் ஒரு இளம் தம்பதியினரிடம் கொள்ளை அடித்ததை வாழ்நாள் முழுக்க மறக்க முடியவில்லை என்று சொல்லிவிட்டு சம்பவத்தை விவரித்தார்.

கடற்கரையில் காற்று வாங்க வந்திருந்த அந்த ஜோடியைக் கத்தியைக் காட்டி மிரட்டி பணத்தைப் பறித்திருக்கிறார்கள். உடன் வந்தவன் அந்தப் பெண்ணின் வாயைப் பொத்தி முத்தம் கொடுக்க முயற்சித்திருக்கிறான். பொடனியில் ஒரு அடிபோட்டதும் எகிறித் தப்பித்துவிட்டான் அவன் என்றார். ‘உடைகளைச் சரிசெய்த அந்தப் பெண் என்னைப் பார்த்துக் கையெடுத்துக் கும்பிட்டுவிட்டு, ஜாக்கெட்டிற்குள் கையை நுழைத்து அதில் இருந்து ஒரு நூறு ரூபாயை எடுத்து என்னிடம் பரிவுடன் கொடுத்தார். ஏற்கெனவே அந்தப் பையனின் பர்ஸை எடுத்துவிட்டிருந்தோம். அந்தப் பெண் நினைத்திருந்தால் அந்தப் பணத்தைப் பதுக்கியிருந்திருக்க முடியும்.

ஆனாலும் அந்தப் பெண் எடுத்துக் கொடுத்தார். கொடூரத்தை நாங்கள் நிகழ்த்தி முடித்திருந்தபோதும் கடைசியில் நான் செய்த ஒரு உதவி மட்டுமே அந்தப் பெண்ணின் மனதில் படர்ந்திருந்ததை அறிந்தேன். மொத்தமே ஐந்து நிமிடங்கள்தான் நாங்கள் அவர்களோடு இருந்தோம். அதில் முதல் நான்கு நிமிடங்களை அவள் உடனடியாக எப்படி மறந்தாள் என்பதை நினைக்கையில் எனக்கு ஆச்சரியமாக இருந்தது. அந்தச் சூழலிலும் மன்னிக்கத் தயாராக இருந்த அவள் என் வாழ்க்கையில் ஒளியேற்றி வைத்தாள். அவள் கொடுத்த பணத்தை வாங்கும்போது எனக்கு அவமானமாக இருந்தது. எடுத்த அத்தனை பணத்தையும் அவர்களிடம் கொடுத்தேன்.

ஆனால் அந்த நூறு ரூபாயை மட்டும் அவள் கடைசி வரை வாங்கிக் கொள்ள மறுத்துவிட்டாள். என் முகத்தில் யாரோ ஓங்கிச் சம்மட்டியால் அடித்த மாதிரி இருந்தது. முதன்முறையாக நான் உழைத்துப் பெற்ற பணமது என்று தோன்றியது. அந்த நூறு ரூபாயைக் கொண்டுபோய் குடிக்காமல் என் மனைவியிடம் கொடுத்தேன். அந்தச் சம்பவத்தையும் சொன்னேன்.' 'ஆரம்பத்தில் அதை நம்பவேயில்லை' என்றார் அவருடைய மனைவி. 'அப்புறம் எப்படி நம்பினீர்கள்?' என்றேன். 'எப்போதும் பைபிளைத் தொடக்கூட மாட்டார். அன்றைக்கு என்ன நினைத்தாரோ பைபிளை எடுத்துப் படித்துக் கொண்டிருந்த பிறகுதான் அதை நம்பினேன்' என்றார்.

'அதற்கடுத்தும் என் சேக்காளிகளுடன் போனேன். ஆனால் தூரத்தில் இருக்கிற பார்வையாளனாக மட்டுமே இருந்தேன்' என்றார். இடையில் பாஸ்டருக்கு உடல்நலம் கெட்டு ராயப்பேட்டை அரசு மருத்துவமனையில் ஏழுநாட்கள் இருந்திருக்கிறார். அந்த நோய்வாய்ப் படலம் முடிந்து வெளியே வந்த அவர் எல்லோரும் ஆச்சரியப்படும் அளவிற்கு மாறிவிட்டார். ஒழுங்காக வேலைக்குப் போயிருக்கிறார். இப்போது சிறிய அளவில் தொழில்கள் சிலவற்றைச் செய்து கொண்டு தேவாலயத்திலும் பிரசங்கம் செய்து கொண்டிருக்கிறார். எங்களுக்காக அவர் நிறைய கானா பாடல்களை இருந்த இடத்தில் இருந்தபடியே இட்டுக் கட்டிப் பாடினார். அவருடைய மனைவியின் அருமை பெருமைகளை விளக்கி ஒரு கானா பாடலை சிரிக்கச் சிரிக்கப் பாடினார். அடிபட்ட ஒருபக்கத்துக் கண்ணில் நீர் வழிய சிரித்துக் கொண்டே ரசித்தார் அந்தப் பெண்மணி.

பாஸ்டர் கிளம்புகிற வேளை வந்தது. நான் பாஸ்டரிடம் மெல்ல, 'உங்கள் மனைவி ஆரம்பத்தில் நம்பாத மாதிரியே எனக்கு இன்னமும் ஒரு விஷயத்தில் நம்பிக்கை வரவில்லை' என்றேன். கூர்மையாக என்னைப் பார்த்துவிட்டு, 'எதைப் பற்றிச் சொல்கிறீர்கள்?' என்றார்.

'நீங்கள் திருந்தியதற்கு அந்தச் சம்பவம் மட்டுமே காரணம் இல்லை என்று தோன்றுகிறது. நான் நினைப்பது தவறாகக்கூட இருக்கலாம். ஏனோ எனக்குத் தோன்றுகிறது' என்றேன். சட்டென என் கைகளைப் பிடித்துக்கொண்டார். 'தேவனின் ராஜ்ஜியத்தில் மண்ணோடு மண்ணாய் புதைந்து போகட்டும் என்று நினைத்திருந்தேன். தேவன் எனக்குக் கொடுத்த சாட்டையடியை பொத்திப் பாதுகாக்க வேண்டும் என நினைத்திருந்தேன்' என்றார். அவர் திருந்திய கதையைச் சொல்லத் தயாரானார்.

அவரை ராயப்பேட்டை மருத்துவமனையில் அனுமதித்திருந்த போது, தினமும் அவரது மனைவியும் பையனும் வெளியில் போய் விட்டு வரும்போது சாப்பிட இட்லி வாங்கிக்கொண்டு வருவார்களாம். எங்கே போய் தினமும் இப்படி வாங்கி வருகிறார்கள் என்கிற குழப்பம் இவருக்கு. ஒருநாள் அவர்களிருவரும் வெளியில் சென்ற பிறகு தட்டுத் தடுமாறி நடந்து வந்து மருத்துவமனை வாசலில் வந்து நின்று பார்த்திருக்கிறார். அந்த மருத்துவமனை எதிரில் இருந்த பேருந்து நிறுத்தமொன்றில் அவருடைய பையன் இவருடைய கானா பாடலைப் பாடிப் பிச்சையெடுத்துக் கொண்டிருந்திருக்கிறான். அருகில் நின்ற அவருடைய மனைவி அந்தப் பாடலுக்குத் தகுந்த மாதிரி கையால் தட்டித் தாளம் போட்டுக் கொண்டிருந்திருக்கிறார்.

'என் நெஞ்சை வாளால் அறுத்ததுபோல இருந்தது. அவர்கள் பார்த்து விடக்கூடாது என்பதற்காக வேகமாக நடந்து என் படுக்கையில் போய்ப் படுத்துக் கொண்டேன். எனக்கு இந்தச் சம்பவம் தெரிந்த மாதிரி இதுவரை காட்டிக் கொள்ளவில்லை. இன்று அந்த உண்மையைச் சொல்கிறேன். அந்தச் சம்பவம்தான் என்னை மீட்டெடுத்தது' என்று சொல்லிவிட்டு அவரது மனைவியின் முகத்தை தர்மசங்கடத்துடன் பார்த்தார். இதோடு இந்தக் கதை முடிந்திருந்தால் நான் ஆச்சரியப்பட்டிருக்க மாட்டேன். 'அவர் மறைந்து நின்று பார்த்துவிட்டுப் போனதை நான் பார்த்தேன்' என்றார் அவருடைய காதல் மனைவி. மனித ரத்த ருசி கொண்ட புலியை நிராயுதபாணியாய் நின்ற எளிய மனுஷி திருப்பியடித்த தருணம் அது. எதிர்பாராத இடத்தில் இருந்து வேகமாக வந்த இரும்புத்தடி அவரது முகத்தைத் தாக்கியது. முகத்தில் மட்டும் காயங்கள் எதையும் ஏற்படுத்தவில்லை அது.

16

ஒரு புகைப்படத்தைத் தூக்கி எனக்கு முன்னால் இருக்கிற மேஜையில் தூக்கிப் போட்டுவிட்டு, 'என்னை விட அழகா சார் அந்தப் பொண்ணு?' என்றார் அந்த இளம்பெண். அக்னிக் கங்கொன்று வெந்து தணியக் காத்திருக்கும் காட்டில் பொதித்து வைக்கப்பட்டு விட்டது. எனக்கு முன்னால் அமர்ந்திருந்த அந்தப் பெண்ணைக் கூர்ந்து பார்த்தேன். ஒடிசலான தேகம். கொஞ்சம் உரக்க ஊதினால் பறந்துவிடுவாள் என்று தோன்றியது. நெற்றியில் முடியைச் சுருட்டி விட்டிருந்தது அழகாக இருந்தது. அந்தப் புகைப்படத்தில் இருக்கும் பெண்ணை வைத்த கண் வாங்காமல் உற்றுப் பார்த்துக் கொண்டிருந்த போது மீண்டும் அந்தக் கேள்வியைக் கேட்டாள். ஒரு சாயலில் எனக்குத் தெரிந்த உறவுக்காரப் பெண்ணைப்போல இருந்தார் கதை சொல்ல வந்த பெண். உடலில் வசதி வாய்ப்புகள் வெளிப்படை யாகத் தெரியாவிட்டாலும், அவளுடைய குண்டான கண்கள் பிரகாசமாக இருந்தன. அந்தக் கண்களில் நிச்சயமாகப் பொய்யில்லை என்பது தெரிந்தது. 'பதிலை அப்புறம் சொல்கிறேன். முதலில் உங்களுக்கு நான் என்ன செய்யவேண்டும் என்பதைச் சொல்லுங்கள்' என்றதும் ஏமாற்றமடைந்தது தெரிந்தது. அழகை எடை போடும் மனநிலையிலும் இல்லை நான் அப்போது.

'வெளியே என்னுடைய அம்மா காத்துக் கொண்டிருக்கிறார்கள்' என்றாள். கண்ணாடி வழியே எட்டிப் பார்த்தபோது பரிதாபமாக ஒரு மூதாட்டி அமர்ந்திருந்தார். 'என் அப்பா அம்மாவிற்கு நான் லேட்டாகப் பிறந்தவள்' என்றார் அவராகவே. எல்லா கேள்விகளையும்

பதில்களையும் அந்தப் பெண்ணே வைத்திருந்தார் என்று பட்டது. 'உங்களுக்கு என்ன நடந்தது என்பதைச் சொன்னால்தான் மேற்கொண்டு என்ன செய்வது என்பதைப் பற்றி என்னால் சொல்ல முடியும்' என்றேன். 'என்னுடைய அப்பா எனக்கு நேர்ந்ததைக் கேட்டு விட்டு நடுரோட்டிலேயே மயங்கிச் சரிந்து வண்டி ஏறிச் செத்து விட்டார். அவர் மூளை சிதறி கீழே கிடந்தார். அவர் வாயிலிருந்து மலம் வெளியேறிக் கிடந்ததை நான் பார்த்தேன்' என்றார். வயதானவர்கள் விபத்து போன்ற அதிர்ச்சியில் சிக்கிக் கொள்ளும் போது இப்படி நடக்கும் என்பதைக் கேள்விப்பட்டிருக்கிறேன். ஆனால் முதல்முறையாக ஒரு இளம்பெண் தனக்கு நடந்ததாக அந்தச் சம்பவத்தை விவரிக்கும்போது உடனடியாக எப்படி எதிர்வினை யாற்றுவது என்று புரியவில்லை எனக்கு. துர்மரணங்களைப் பக்கத்தில் பார்ப்பவர்கள் அதைச் சாதாரணமாகவே விவரித்துக் கடந்து போகிறார்கள் எப்போதும்.

நான் எதிர்பார்த்திருந்த மாதிரியே காதல் பிரச்சினைதான் அந்தப் பெண்ணிற்கும். அப்பா அடுக்குமாடிக் குடியிருப்பு ஒன்றில் இரவுக் காவலாளியாக வேலை பார்த்திருக்கிறார். பகல் நேரங்களில் அவருடைய மனைவிக்குத் துணையாக பூ வியாபாரத்திற்குச் செல்வாராம். இந்தப் பெண் நகரின் புகழ்பெற்ற ஃபர்னிச்சர் கடையில் வேலை பார்த்திருக்கிறார். அந்தக் கடையில் மேலாளராக இருந்தவர்தான் அந்தப் பையன். இஸ்லாமியக் குடும்பத்தைச் சேர்ந்தவர். இந்தப் பெண் இந்துக் குடும்பத்தைச் சேர்ந்தவர். காதல் என்று சொல்லி அந்தப் பையன் இந்தப் பெண்ணையே சுற்றி வந்திருக்கிறார். பகல் நேரங்களில் ஃபர்னிச்சர் கடையின் முதல் மாடியில் போய் காதல் செய்வார்களாம். 'அங்குள்ள பல புதுக் கட்டில்களில் யாரும் வராத வேளைகளில் கட்டிப் பிடித்துப் படுத்துக் கிடந்திருக்கிறோம்' என்று சொல்லிவிட்டு தலையைக் குனிந்து கொண்டார். யாரும் பெரும்பாலும் முதல் மாடிக்கு வரமாட்டார்கள் என்றார் அந்தப் பெண்.

என் கண்ணில் தனியாக இருக்கும் மேல்மாடிக் காட்சி தெரிகிறதா என்பதுபோல் என்னையே உற்றுப் பார்த்தார். நான் இந்த முறை வேறு ஒன்றை எடுப்பதுபோல கீழே குனிந்துகொண்டேன். தலையைத் தூக்கி அந்தப் பெண்ணை மறுபடி பார்த்தபோது அவளது கண்களில் நீர் கோர்த்துக் கொண்டிருந்தது. 'என் அப்பாவை செருப்பைக் கழற்றி அந்தப் பையனின் மாமா அடித்தார். என்னையும் அடிக்க வந்தார்கள். என் அம்மாவின் சேலையை உருவினார் அந்தப் பையனின் சித்தப்பா ஒருத்தர்' என்று சொல்லிக் கொண்டிருந்தவரிடம் 'இதெல்லாம் எங்கே வைத்து நடந்தது?' என்றேன். 'நாங்கள் குடும்பத்தோடு அந்த

ஊருக்குக் கிளம்பிப் போனபோது நடந்தது’ என்றார். அப்பா வாயில் மலத்தைக் கக்கி வீழ்ந்து கிடந்ததைவிட அந்தச் செருப்படி அதிகமும் பாதித்திருந்தது அவரை. உலகிலிருந்து விடுபட்டவனின் அவமானம் மட்டும் இங்கேயே நிரந்தரமாகத் தங்கிவிடுகிறது.

அந்தப் பையனின் சொந்த ஊர் இராமநாதபுரம் மாவட்டத்தில் இருக்கிறது. மிகப் பெரிய குடும்பம் அவர்களுடையது. பிறக்கும் போதே தங்கையின் மகளுக்குதான் அவனை மண முடிக்கவேண்டும் என அந்தப் பையனின் அப்பா முடிவெடுத்திருந்தார். அந்தப் பெண்ணின் புகைப்படம்தான் இந்தப் பெண் என் முன்னால் தூக்கிப் போட்டது. பையன் தீவிரக் காதலில் விழுந்துவிட்ட விஷயத்தை மறைத்துவிட்டு புதிய திருமணத்திற்கு நிச்சயமும் செய்துவிட்டான். விவரம் தெரிந்த பிறகுதான் இவர்கள் அங்கே போய் அடிவாங்கித் திரும்பியிருக்கிறார்கள். திருமணத்தை கடைசி நேரத்தில் நிறுத்திவிடுகிறேன் என்று சொல்லி சில சந்தர்ப்பங்களில் அந்தப் பையன் பழையமாதிரியே மேல்மாடியில் அந்தப் பெண்ணோடு தனித்து இருந்திருப்பதை நம்பிதான் அந்தப் பெண் குடும்பத்தை அழைத்துக்கொண்டு அங்கே போயிருக்கிறார்.

‘எனக்கு பதினைந்து லட்சம் தருவதாகச் சொன்னார்கள். அடுத்த வாரம் வந்து வாங்கிக்கொள்ளச் சொன்னார்கள். சரியென்று ஒத்துக் கொண்டதாலேயே எங்களை விட்டார்கள்’ என்று சொன்னார். ‘அருகில் இருக்கும் காவல் நிலையத்திற்கு போயிருக்க வேண்டியது தானே?’ என்றேன். அடித்து உதைக்கும்போது காவலர் உடையிலேயே ஒருத்தர் பக்கத்திலேயே நின்றிருந்ததாகச் சொன்ன அந்தப் பெண், சுடிதாரின் கைப்பக்கத்தைத் தூக்கிக் காண்பித்தார். கன்றிப் போயிருந்த காயம் தெரிந்தது. உன்னையும் அடித்தார்களா என்றபோது, ஆமாம் என்பதுபோல தலையை ஆட்டிவிட்டுக் குனிந்துகொண்டார். உண்மையில் யாருக்குமே அந்தப் பெண்ணை அடிக்க வேண்டும் என்று தோன்றவே தோன்றாது. கோபமாய் எதையாவது சொல்லும்போதுகூட கண்கள் மட்டும் சிரிக்கும்படியான இயல்பான தோற்றத்தைக் கொண்டிருந்தார் அந்தப் பெண். வரம் வாங்கி வந்த சிரிப்பது.

‘அந்தப் பையன் உங்களோடு காதலில் இருந்தான் என்பதற்கு ஆதாரம் உங்களிடம் இருக்கிறதா?’ என்று கேட்டபோது தன்னுடைய மொபைல் ஃபோனில் உள்ள ஆடியோவை ஒலிக்கவிட்டார். அதில் அவன் காதல் ரசம் சொட்டச் சொட்டப் பேசியது எல்லாமும் பதிவாகியிருந்தது. அவளது உடல் குறித்து அந்த ஆடியோவில் வர்ணித்திருந்தான். திருமணத்தைக் கடைசி நேரத்தில்கூட

நிறுத்திவிடுகிறேன் என்று அவன் சொன்னதும் பதிவாகியிருந்தது. அந்த ஆடியோ மற்றும் பிற ஆதாரங்களைக் கேட்டுதான் அடித்திருக்கிறார்கள்.

'உங்களுக்கு என்ன வேண்டும்?' என்றேன். 'என் அம்மாவை அழைத்துக் கேளுங்கள்' என்றார். உள்ளே வரச் சொல்லி அவருடைய அம்மாவிடம் கேட்டபோது, 'அந்தப் பையன் வேண்டவே வேண்டாம்' என்றார். அந்தப் பெண்ணின் காலைக் குனிந்து கும்பிட்டு, 'விட்டுரு ராசாத்தி' என்றார். 'எனக்கும் அவன் வேண்டாம் சார்' என்றாள் அந்தப் பெண். 'அப்புறம் விட்டுவிட வேண்டியதுதானே? எதற்காக இங்கே வந்தீர்கள்?' என்றேன் அந்தப் பெண்ணிடம். 'கொஞ்சம் கணக்கு தீர்க்க வேண்டும்' என்று சொன்ன அந்தப் பெண்ணின் கண்களைப் பார்த்தபோது அதில் தீர்க்கம் தெரிந்தது.

விஷயத்தைக் கேள்விப்பட்டுவிட்டு பையனின் ஒட்டுமொத்தக் குடும்பமும் கணக்குத் தீர்க்கக் கிளம்பி வந்துவிட்டார்கள். என்னிடம் அவன் வேண்டாம் என்று சொன்ன அந்தப் பெண் அவர்களிடம் அவன்தான் வேண்டுமென்று மாற்றிச் சொல்லி அடம்பிடித்தார். திருமணத்தை நடத்த விடமாட்டேன் என்று சபதம் போட்டார். வேறொரு இடத்தில் இருந்ததால் அந்தக் குடும்பம் பலப் பிரயோகத்தைப் பரிசோதிக்க விரும்பாமல் சரணாகதி வழியைத் தேர்ந்தெடுத்து விட்டார்கள். அந்தக் குடும்பத்திலும் நல்லவர்கள் சிலர் இருக்கதான் செய்தார்கள். அந்தப் பெண்ணின் நியாயம் குறித்தும் அவர்கள் பேசத் தலைப்பட்டார்கள்.

அந்தப் பெண் தன்னை உடல்ரீதியிலாக அவன் பயன்படுத்திக் கொண்டதாகச் சொன்னபோது, அந்தப் பையனின் தந்தை யா அல்லாஹ் என்று நெஞ்சைப் பிடித்துக்கொண்டார். ஐந்து வேளை தொழுகிற அவன் கனவில்கூட அப்படிச் செய்யமாட்டான் என்றார். அந்தப் பெண் அவனுடைய மொபைலை எடுத்துப் பாருங்கள் என்றார். அந்தத் தகப்பனார் அந்த மொபைலை எங்களிடம் கொடுத்து நீங்களே பாருங்கள் என்றார். அதில் 174 வீடியோக்கள் இருந்தன. அதில் 172 வீடியோக்கள் நீலப்படங்கள். திருமணம் நிச்சயித்த பெண்ணோடு பேசிய ஆடியோ துண்டொன்றும் இருந்தது. நாங்கள் சங்கடத்துடன் அந்த விஷயத்தை அவரிடம் சொன்னபோது, பையனைப் போட்டு அடித்தார்.

அந்த இடமே திருமணத் தகராறு வந்த ஒதுக்குப்புற மண்டபம்போல ஆகிவிட்டது. எங்கெங்கும் சத்தங்களும் அழுகைகளும் என விசித்திரமான சத்தங்கள் ஆக்கிரமித்திருந்தன. பாங்கு ஓதும்போது ஒலிக்கும் குரல்போல அவ்வப்போது அந்தப் பையனுடைய அப்பா

அரற்றிக் கொண்டிருந்தார். ‘அந்தப் பெண்ணிற்குப் பணம் கொடுத்து விடுகிறோம். வாங்கிக்கொள்வதாக ஏற்கெனவே ஒத்துக் கொண்டதால் திருமணத் தேதியையும் குறித்துவிட்டோம்’ என்றார்கள். திருமணம் நிச்சயிக்கப்பட்டிருந்த பெண்ணின் தகப்பனார் ஏதோ அரபு நாட்டில் இருந்து இந்தப் பெண்ணிடம் தொலைபேசியில் பேசினார். அதில் அவரும் கெஞ்சிக் கொண்டிருப்பதாகவே தெரிந்தது. எல்லோரும் அந்தப் பெண்ணின் குடும்பத்தைத் தாக்கியதற்கு மன்னிப்பு கேட்டார்கள்.

உச்சகட்டமாக பையனின் தந்தை அந்தப் பெண்ணின் காலில் விழுந்து மன்னிப்பு கேட்டார். அப்படிக் குனியும்போது ஒரு பண்டலை அந்தப் பெண் அமர்ந்திருந்த சோபாவிற்குப் பக்கத்தில் வைத்தார். அதைத் திரும்பிக்கூடப் பார்க்கவில்லை அந்தப் பெண். ஒரு உணர்ச்சிகரமான தருணத்தில் அந்தப் பெண், எல்லோர் முன்னிலையிலும் அந்தப் பையன் எனக்கு வேண்டாம் என்றார். எல்லோரும் நிம்மதிப் பெருமூச்சு விடுவதைப் பார்க்க முடிந்தது. ஆனால் ஒரு நிபந்தனை என்றார். திருமணம் ஆகப் போகும் பெண்ணோடு பேசவேண்டும் என்றார். அந்தக் குடும்பம் அப்படிச் செய்ய முடியாது என்று மறுத்தது. அந்தப் பெண்ணிடம் தனியாக ஐந்து நிமிடம் பேசினால் விட்டு விலகிவிடுகிறேன். என்னிடம் இருக்கிற ஆதாரங்கள் அனைத்தையும் கொடுத்துவிடுகிறேன் என்று ஏன் கேட்கிறார் என அப்போது புரியவில்லை எனக்கு. கடைசியில் அந்த நிபந்தனைக்கு வேறு வழியில்லாமல் அந்தக் குடும்பம் ஒத்துக்கொண்டது. யாரும் சீண்டாத இடத்தில் கிடந்தது அந்தப் பணப் பண்டல். அதன் தேவையே இல்லாதவர்களுக்கு அது வெறும் காகிதமே. உயிர் போகும் தாகத்தில் தவிப்பவனின் கவலை அந்த ஒரு சொட்டுத் தண்ணீர் மட்டுமே.

அந்த அறைக்குள் சாட்சியாய் நின்று கொண்டிருந்தோம் நாங்கள். திருமணம் நிச்சயிக்கப்பட்ட பெண் முகத்தை மூடி உள்ளே வந்தார். நான் அவருடைய முகத்தைப் பார்ப்பதற்கு ஆவலானேன். அவர்கள் இருவர் பேசுவதும் கேட்காத தூரத்தில் நாங்கள் நின்று கொண்டிருந்தோம். திருமணம் நிச்சயிக்கப்பட்ட பெண்ணின் காலடியில் இந்தப் பெண் தன் கையிலிருந்த மொபைலைத் தூக்கி எறிந்துவிட்டு, ஏதோ சொல்வதுபோல தெரிந்தது. அழுதுகொண்டே அந்தப் பெண் வெளியே ஓடிவந்தார். எதையோ சாதித்துவிட்ட திருப்தியுடன் ஏமாற்றப்பட்ட பெண் வெளியில் நடந்து வந்தார். எல்லோரும் கலைந்து போன பிறகு நான் கேட்க நினைத்திருந்த அந்தக் கேள்வியைக் கேட்டேன்.

‘அந்தப் பையன் வேண்டாம் என்று முதலிலேயே சொல்லிவிட்டு, எதற்காக எல்லோரையும் இப்படி இழுத்தடித்து அவமானப் படுத்தினீர்கள்?’ என்றேன். ‘அவர்கள் அடித்ததுகூட வலிக்கவில்லை எனக்கு. காசைத் தூக்கிப் போட்டால் போய்விடுவாள் என்று இவள் என்னைப் பற்றி பேசியதை அந்தப் பையன் என்னிடம் போட்டுக் காட்டினான்’ என்றாள். அதுமட்டும்தான் காரணமா என்றேன். ‘இல்லை, அடிக்கடி அவன் என் அத்தை பெண் அழகி என்று சொல்லிக்கொண்டே இருப்பான். ஒருதடவை மேல்மாடியில் என்னோடு நெருக்கமாக இருந்தபோது அழகியான அவளை விட்டு விட்டு உன்மடியில் கிடக்கிறேன் என்று சொன்னான். அப்படி என்னதான் அழகு அவளிடம் இருக்கிறது என பார்க்க நினைத்தேன்’ என நக்கலாகச் சொன்னவளிடம், ‘நீ சொல்வதெல்லாம் ஒப்புக்கு என்பது எனக்குத் தெரியும். கடைசியாய் ஒரு வார்த்தையை அந்தப் பெண்ணை நோக்கிச் சொன்னாய். அதற்காகதான் அவளைப் பார்க்க வேண்டும் என்று சொன்னாய் என்று எனக்குத் தெரியும்’ என்றேன். என்னை ஏறிட்டுப் பார்த்துவிட்டு, ஆமாம் என்றாள். ‘என்ன சொன்னாய்?’ என்றேன். ‘நான் போடுகிற பிச்சை உன் வாழ்வு என்றேன்’ என்றாள் அவள். ‘அவனுக்கு தண்டனையில்லையா?’ என்றேன். ‘இனி அவள் அவனுக்கு கொடுப்பாள்’ என்றாள். ‘என்னிடம் முதலில் கேட்ட கேள்விக்கு இப்போது பதில் சொல்லட்டுமா?’ சரியென்றாள். எடை போடும் மனநிலைக்கு நகர்ந்திருந்தேன். அவள் பிழைத்துக் கரையேற வேண்டுமென மனதார விரும்பினேன். ‘உண்மையில் அந்தப் பெண்ணைவிட நீதான் அழகு’ என்றேன். அவள் சிரித்தபோது கூடச் சேர்ந்து அவளுடைய குண்டுக் கண்களும் சிரித்தன. விழிப்படலத்திற்குள் செருப்படி வாங்கிய காட்சியும் நிழலாய்த் தெரிந்தது.

17

'இவனை மாதிரி ஒரு திருட்டுப் பயலை நீங்கள் பார்க்கக்கூட முடியாது' என்றார்கள் அந்தப் பெண்ணின் பெற்றோர்கள். இது வழக்கமாக எல்லா பெற்றோர்களும் சொல்வதுதான் என்பதால் அதைக் கடந்து போகவே நினைத்தேன். ஆனால் அவர்கள் ஆதாரங்கள் என்று சொல்லி நூறு விஷயங்களை எடுத்துக் கொட்டிக் கொண்டிருந்தார்கள். அள்ள முடியாத அளவில் அவை இருந்தன. வலிந்து தேடுபவர்களின் கண்களுக்கு வேண்டாதவைகளும் அதிகமும் தட்டுப்பட்டு விடுகின்றன. வந்திருப்பவர்கள் சாதாரண ஆட்கள் இல்லை என்பது தெரிந்தது. ஏனெனில் கடைசியாய் அந்தப் பையன் இவரோடு பேசினான் என்றளவிற்கு அவனைப் பின்பற்றிப் போய் எல்லா விஷயங்களையும் திரட்டியிருந்தார்கள். அவர்களால் ஒரு விஷயம் செய்யமுடியாமல் இருந்தது. தங்களுடைய பெண்ணை அந்தப் பையனை விட்டுப் பிரிக்க முடியவில்லை அவர்களால். அதிகாரம் செயல்பட முடியாத இடங்கள் என சிலதும் இருக்கதானே செய்கின்றன?

வந்திருந்த அம்மா மதுரையில் மிகப் பெரிய தொழிலதிபர். இரண்டு பெண்கள் அவருக்கு. மூத்த பெண்தான் பிரச்சினைக்குரியவள் என்றார்கள். இரண்டாவது பெண் கல்லூரியொன்றில் இறுதியாண்டு படித்துக் கொண்டிருக்கிறார். தொழிலதிபரான அந்தம்மாவின் கணவர் இந்தப் பிள்ளைகள் பத்தாம் வகுப்பு படித்துக் கொண்டிருக்கும்போது இறந்துவிட்டார். அந்த அலுவலகத்தில் அவரது கணவருக்கு எல்லாமும் ஆக இருந்த அவருடைய

நண்பரையே இரண்டாவது திருமணம் செய்துகொண்டார். பிரச்சினைகளில்லாமல் போய்க் கொண்டிருந்திருக்கிறது வாழ்வு. இப்போது இந்தப் பையன் வடிவத்தில் பிரச்சினை வந்துவிட்டது என்றார்கள். அந்தப் பையனோடு வீட்டை விட்டு வெளியேறிய அந்தப் பெண்ணிற்கு பாகமாகப் பிரித்தால் குறைந்தது ஐம்பது கோடி ரூபாயாவது வரும் என்றார்கள். அதை அபகரிக்கதான் அந்தப் பெண்ணை அவன் வளைத்துப் போட்டிருக்கிறான் என நேரடியாகக் குற்றம் சாட்டினார்கள்.

அந்த இரண்டு பெண்களையும் தன்னுடைய இரண்டாவது கணவர் தன் குழந்தைகளைப்போல பார்த்துக் கொள்வதாகச் சொல்லிவிட்டு கணவரைப் பார்த்தபோது அவர் தொடர்ந்தார். 'கல்லூரி முடித்து வந்ததும் அவர்கள் இருவரும் என்னுடைய அறைக்கு வந்து, அன்றைய நாளில் என்ன நடந்தது என விலாவாரியாகச் சொல்வார்கள். வீட்டில் சாப்பிட்டு முடித்தாலும், நான் அலுவலகத்தில் இருந்து திரும்பி வருகிறபோது ஏதாவது சாப்பிட வாங்கிக்கொண்டு வருவேன் என சின்னப்பிள்ளைகள் மாதிரி காத்துக் கொண்டிருப்பார்கள். எந்த லஜ்ஜையுமில்லாமல் இருவரும் என் மீது காலைப் போட்டுத் தூங்குவார்கள்' என்றார். அவர் சொன்னதில் உண்மை இருக்கிற மாதிரியாகதான் அவருடைய விவரணைகள் இருந்தன. அந்தப் பொறுக்கி வந்தபிறகுதான் அவர்களது குடும்பத்தின் மகிழ்ச்சி சீட்டுக் கட்டுபோல கலைந்து விழுந்து விட்டதாகச் சொன்னார்கள்.

யார் அந்தப் பையன் என்று கேட்டபோது, அனாதை என தெனாவெட்டாகச் சொன்னார் அவரோடு வந்திருந்த இன்னொருத்தர். அவன் கையில் கிடைத்தால் கொல்லக்கூட செய்வோம் என்று சொன்னபோது உண்மையிலேயே நான் பயந்தேன். பணம் படைத்தவர்கள் அப்படிச் செய்து கொண்டிருப்பதைப் பார்க்காமலா இருக்கிறோம்? பையனின் அப்பா அம்மா இருவருமே சில வருடங்களுக்கு முன்பு தற்கொலை செய்துகொண்டனர். அவனுக்கென்று சொல்லிக் கொள்வதற்கு சித்தி ஒருத்தர் மட்டுமே இருக்கிறார். அவரது எண்ணைக் கொடுத்தார்கள். நான் அந்தச் சித்தியிடம் பேசினேன். 'அவன் உருப்படவே மாட்டான். அக்கா பையன் பாவம்னு நினைச்சு வீட்ல வச்சு கொஞ்ச நாள் சோறு போட்டேன். என்ட்டயே ஐயாயிரம் ரூபாயைத் திருடிட்டு கம்பிய நீட்டிட்டான். அவனை விசாரித்து இனி ஒரு ஃபோன்கால்கூட செய்யாதீர்கள். போலீஸ்ல கம்ப்ளைன்ட் கொடுத்தால் சொல்லுங்கள். நானும் வந்து கம்ப்ளைன்ட் கொடுக்கிறேன்' என்றார்.

பையன் மதுரையில் இருந்திருக்கிறான். கோவையில் இருந்திருக்கிறான். சேலத்தில் இருந்திருக்கிறான். இப்படி தமிழகம் முழுக்க வெவ்வேறு

ஊர்களில் வேலை செய்திருக்கிறான். இவர்கள் அவன் சம்பந்தப் பட்ட எல்லா இடங்களுக்கும் தொலைபேசி செய்து மிரட்டியிருக் கிறார்கள் என்று தெரிந்தது. திரும்பப் பேசினால் எல்லோருமே தயவுசெய்து எங்களை விட்டுவிடுங்கள் என்று கதறினார்கள். கடைசியாய் கோவாவில் ஒரு ஹோட்டல் ஒன்றில் வேலை பார்த்திருக்கிறான். அங்குள்ள நம்பரில் பேசியபோது ஒரேயொருத்தர் மட்டும் அவனைப் பற்றி நல்லவிதமாகச் சொன்னார். தானுண்டு தன் வேலையுண்டு என்றிருப்பான் என்று சொன்ன அவர், கடைசியாய் அவரிடம் மூவாயிரம் ரூபாய் கடனாக வாங்கிக்கொண்டு போனான் என்றார். எல்லோரையும் எல்லா நேரங்களில் வலையில் வீழ்த்த முடியாதில்லையா?

பையன் மதுரையில் இருந்தபோது இந்தப் பெண் பழக்கமாகி யிருக்கிறார். ஊரில் மிக அழகான இளம்பெண் என்று சொல்வார்களே அப்படியிருந்தார் அந்தப் பெண். கல்லூரிக்கு எதிரில் இருக்கிற ரீசார்ஜ் கடையில் வேலை பார்த்த இந்தப் பையனுடன் காதலாகிவிட்டது. ஒருநாள் சொல்லாமல் கொள்ளாமல் வீட்டை விட்டு வெளியேறி விட்டார். அவரைப் பிரித்து மீட்டெடுத்துக்கொண்டு போவதற்காக அப்போது படை பரிவாரங்களுடன் வந்திருந்தார்கள். சாதாரணமாக செல்வதைப்போல வெளியே சென்று பார்த்தபோது எங்கும் ஆட்கள் மறைவாகத் திரிந்தபடி இருந்தார்கள்.

கடைசியாய் பெண்ணுடன் தனியாகப் பேசவேண்டும் என்றார்கள். அந்தப் பெண்ணிடம் எல்லா வித முறைகளிலும் பேசிப் பார்த்து விட்டார்கள். கடைசி வரை வரமுடியாது என மறுத்துவிட்டார் அந்தப் பெண். அந்தப் பையனிடம் எவ்வளவு பணம் வேண்டுமானாலும் தருகிறோம் என்றார்கள். அவன் ஐந்து பைசாகூட எனக்குத் தேவையில்லை என்றான். அவர்கள் இங்கே வந்தபோது பேருந்துச் செலவிற்குக்கூட இன்னொருத்தரிடம்தான் பணம் வாங்கி வந்திருந்தார்கள் என்கிற விஷயம் ஏற்கெனவே எனக்குத் தெரியும். அவனுடைய பழைய ரெகார்டுகளை அந்தப் பெண்ணின் முன்னால் தூக்கிப் போட்டார்கள். ‘அவனைத் திருத்திடுவேன்கற நம்பிக்கை எனக்கு இருக்கு’ என்றார். ‘எச்ச பொறுக்கி என்னைக்குமே திருந்த மாட்டான்’ என ஆக்ரோஷமாக எல்லோர் முன்னிலையிலும் சொன்னார் அந்த அம்மாவின் கணவர். மூக்கு விடைத்துக்கொண்டது அந்தப் பெண்ணிற்கு.

அதிகம் பேசினால் உங்கள் எல்லோர் மீதும் காவல் துறையிடம் புகார் அளித்துவிடுவேன் என்றார். நாங்கள் மேஜர் எங்களை எதுவும் செய்ய முடியாது என தெளிவாகச் சொன்னார். இதற்கு மேல் நீங்கள்

அவர்களைத் தொந்தரவு செய்தால் நாங்களே காவல்துறையை நாட வேண்டியிருக்கும் என்று சொன்னபோது வேறு வழியில்லாமல் கிளம்ப எத்தனித்தார்கள். கடைசியாய் ஒருதடவை என் பெண்ணிடம் பேசிப் பார்க்கிறேன் என்று சொன்னார் அந்தப் பெண்ணின் அம்மா.

'உனக்கு என்னடி குறை வச்சேன்? எதற்காக இப்படி செய்தாய்?' என்று கேட்ட அம்மாவிடம், 'நீ ரெண்டாவதா கட்டிக்கிட்டு வந்த புருஷன் என்னிடம் தப்பாக நடந்துகொள்ள பல தடவை முயற்சி செய்தார். உன்னிடம் சொன்னால் நம்ப மாட்டாய்' என்று சொல்லி விட்டு பயங்கரமாகக் கதறி அழ ஆரம்பித்தார். அதுவரை பெண்ணின் மீது வெறுப்பில் இருந்த அம்மாவும் சேர்ந்துகொண்டு அழ ஆரம்பித்தார். பெண்ணின் தலையைக் கோதிவிட்டுச் சமாதானப் படுத்தினார். 'அம்மா சத்தியமா உண்மையதான் சொல்றியா?' என்றபோது, அந்தப் பெண் மூக்கைத் துப்பட்டாவால் துடைத்தபடி ஆமாம் என்று தலையாட்டினார். அதுவரை சாதாரணமாக அழுது கொண்டிருந்த அந்தம்மா கேவலுடன் குமுறி அழ ஆரம்பித்தது. யாராலும் அதைக் கட்டுப்படுத்த முடியவில்லை. பக்கத்தில் போய்த் தேற்றப் போனவர்களை கெட் லாஸ்ட் என அழுகையினூடே கத்தி விரட்டினார். நான் அவரது இரண்டாவது கணவரைப் பார்த்தேன். இறுக்கமாக அதே சமயம் கையறு நிலையில் ஓரத்தில் நின்று கொண்டிருந்ததுபோல தெரிந்தது.

அழுது முடித்த அந்தப் பெண் திடீரென எழுந்து, 'யாராவது எங்களை ஃபாலோ பண்ணினால் உடனடியாக தற்கொலை செய்து கொள்வேன்' என்று சொல்லிவிட்டு அந்தப் பையனை அழைத்துக் கொண்டு வெளியேறினார். எல்லோரும் ஸ்தம்பித்து நின்று கொண்டிருந்தார்கள். இருட்டில் இருவரும் நடந்து மறைந்து போனார்கள். உட்கார்ந்து அழுதுகொண்டிருந்த அந்தம்மாவிற்கு வலிப்பு வந்ததுபோல துடித்து மயங்கி விழுந்தார். உடனடியாக அவரை காரில் ஏற்றிக்கொண்டு மருத்துவமனைக்கு ஓடினார்கள்.

தொடர்ச்சியாய் அடுத்து அவர்களுக்கு தொலைபேசி செய்தேன். ஒரேயொரு தடவை அவருடைய கணவர் எடுத்து, 'அவங்க கோமாவில இருக்காங்க' என்றார். ஒருவேளை பொய் சொல்வார்களோ என்று கருதி மருத்துவமனைக்கு அழைத்துக் கேட்டபோது உண்மை என்று உறுதி செய்தார்கள். மனம் கனத்துவிட்டது எனக்கு. அதற்கடுத்து பல முறை அழைத்தும் அவர் தொடர்பில் வரவேயில்லை. அந்தப் பையனுடைய எண்ணுக்கும் அழைத்துப் பார்த்தேன். தொடர்பு எல்லைக்கு வெளியே இருவரும் இருந்தார்கள். அந்தப் பையனின் எண்ணிற்கு அந்தம்மாவின் நிலையை விளக்கி ஒரு குறுஞ்செய்தி அனுப்பிவிட்டு பதிலுக்காகக் காத்திருந்தேன்.

சரியாய் இருபது நாட்கள் கழித்து அந்தப் பையன் என்னை அழைத்து, எனக்கு ஒரு உதவி செய்ய முடியுமா என்றான். என்னவென்று கேட்டபோது நேரில் வந்து சொல்கிறேன் என்றான். பிறகு இரண்டு நாட்கள் கழித்து மதுரையில் அந்தம்மா அனுமதிக்கப்பட்டிருந்த மருத்துவமனைக்கு அருகில் அறையெடுத்துத் தங்கியிருப்பதாகவும் அவரைப் பார்க்க விரும்புவதாகவும் தனியாகப் போவதற்கு பயமாக இருப்பதாகவும் சொல்லிவிட்டு உதவி செய்ய முடியுமா என்றான். நான் மறுநாள் மதுரைக்குப் போனேன். என்ன நடந்தது தம்பி என்றபோது, 'இவள் எனக்கு செட்டாக மாட்டா சார். அவளுடைய அப்பா பற்றி இவள் சொன்னது எல்லாம் பொய்' என்றான். எப்படிச் சொல்கிறாய் என்றபோது, 'அவர்களிருவருக்கும் திருமணம் முடிந்த பிறகு தனியாக பேசிக் கொண்டிருந்ததை இவள் கேட்டிருக்கிறாள். என் பெண்கள் மீது மட்டும் தவறான பார்வை பட்டால் அந்தக் கணத்திலேயே பிரிந்துவிடுவேன் என்று அந்தம்மா சத்தியம் வாங்கியதைக் கேட்டிருக்கிறாள்' என்றான்.

ஏன் இப்படிச் செய்தீர்கள் என்றேன் அந்தப் பெண்ணிடம். 'பெரிய பொண்ணுங்க ரெண்டு பேர் இருக்கும்போது அவங்க ரெண்டு பேரும் தனியா போய் கதவை அடைச்சுக்கறது எனக்கு எரிச்சலா இருந்தது. இது பற்றி தங்கையுடனும் பேசினேன். அவள்தான் இப்படி ஏதாவது சந்தர்ப்பத்தில் பழியைப் போடலாம் என சொல்லித் தந்தாள். அந்த சந்தர்ப்பத்தில் எனக்கு அப்படிச் செய்யத் தோன்றியது' என்றார். உங்களிடம் அவர் தவறாக உண்மையிலேயே நடந்து கொள்ள வில்லையா என்றபோது பதில் சொல்வதைத் தவிர்த்தார். இதற்குமேல் அதைத் தோண்டக் கூடாது என்பதால் அமைதியாகிவிட்டேன். ஏதோ கோபத்தில் கிளம்பி வந்த அந்தப் பெண்ணிற்கு இந்தப் பையன் அலுத்துவிட்டான் என்று எனக்கு உறுதியாகத் தோன்றியது.

அந்தப் பையன் பேசத் துவங்கினான். 'இப்படி ஒரு பொய்யால்தான் என் அப்பாவும் அம்மாவும் தற்கொலை செய்துகொண்டு செத்துப் போனார்கள். நான் அநாதையானேன். நான் வயிற்றுப்பாட்டிற்காக எவ்வளவோ திருட்டு வேலைகள் செய்திருக்கிறேன். ஆனால் ஒருபோதும் யாருக்கும் தீங்கு இழைத்ததில்லை. இவள் பொய் சொல்லியதால் அந்தம்மா கோமா நிலையில் இருப்பதை தெரிந்த பிறகு குற்றவுணர்வாக இருந்தது. அதனால்தான் உண்மையைச் சொல்லிவிடலாம் என கிளம்பி வந்தேன். வரமாட்டேன் என்று சொன்னவளை அடம் பிடித்து நான்தான் அழைத்து வந்தேன்' என்றான். என்றாவது ஒருநாள் எல்லோரும் என்னை ஏற்றுக் கொள்ளும் போது திரும்பி வருவேன் என்று சொன்ன அவன் மருத்துவமனை வரவேற்பறையில் அந்தப் பெண்ணை விட்டுவிட்டுக் கிளம்பிப்

போனான். சேறு என்று அவர்கள் குற்றம் சுமத்திய இடத்தில் செந்தாமரைகளும் முளைக்கலாம் என நினைத்துக்கொண்டேன்.

எனக்கு உள்ளே என்ன நடக்கிறது என்பதைப் பார்க்கப் பிரியமில்லை. மருத்துவமனை வாசலுக்கு நடந்து வந்து கொண்டிருந்தபோது யாரோ அழைத்ததுபோல இருந்ததால் நின்று திரும்பிப் பார்த்தேன். அந்தம்மாவின் கணவர் ஓட்டமும் நடையுமாக வந்து கொண்டிருந்தார். வந்து நின்றவரின் முகத்தில் நூறு சதவிகித வில்லத்தனம் தெரிந்தது. 'ஏதோ சட்டம் அதிகாரம் என்றெல்லாம் பேசிக் கொண்டிருந்தாயே... உலகத்தையே ரட்சிக்கப் போகிறவன் மாதிரி உபதேசம் பண்ணுனீயே... உங்கையாலயே கொண்டுவந்து விட்ட பாத்தியா... பணம் பத்தும் செய்யும். அந்தப் பொண்ணு சொன்னதும் உண்மை. அவங்கம்மா மயங்கி விழுந்ததும் உண்மை. அந்தப் பையன் சொன்னதும் உண்மை. இந்தக் கதையில நீயும்கூட ஒரு கேரக்டர்தான். உக்காந்து ஆயுசு பூரா யோசிச்சாலும் என்ன நடந்ததுன்னு உன்னால கண்டே பிடிக்க முடியாது. இதில சம்பந்தப்பட்டவங்க யாரையும் இனிமே டச்கூட பண்ண முடியாது' என்று சொல்லிவிட்டு, போய்ப் பிழைத்துக் கொள் என்கிற தோரணையில் என்னைக் கையை வீசி வாசல் நோக்கிக் காட்டி விரட்டிவிட்டார்.

இந்த நிமிடம் வரை இந்த நாடகத்தில் என் பங்கு என்ன என்பது எனக்கு விளங்கவேயில்லை. யாருக்காவது விளங்கினால் எனக்கும் சொல்லுங்கள். ஆனால் ஒன்று மட்டும் விளங்கியது. அந்தப் பெண்ணின் அம்மா மட்டும் கோமாவில் இருந்து மீளவே மாட்டார். ஏனெனில் தன்னுடைய பெண்ணை அழைக்க வந்திருந்தபோது, அழுகையினூடே அந்தம்மா ஒரு விஷயத்தைப் போகிற போக்கில் சொன்னார். 'நல்லா இருந்த ரெண்டு பேரும் திடீர்னு சண்டை போட்டுக்கிட்டு இருந்தத சாதாரணமாதான நினைச்சேன்' என்று அவர் சொன்னதை யார் கவனித்தார்களோ, இல்லையோ நான் கவனித்தேன். கோடாரிக் காம்பினன் என்கிற வார்த்தைப் பிரயோகம் அந்தம்மாவிற்குத் தெரியுமா என தெரியவில்லை.

18

வேப்பம்பூ பூக்கிற காலமது. அவரைச் சுற்றிலும் வேம்பம்பூக்கள் இறைந்து கிடந்தன. சுற்றிலும் எளிய மனிதர்கள் அவரை மொய்த்துக் கொண்டிருந்தார்கள். நான் தூரத்தில் இருந்து அவரைப் பார்த்தபோது ஜவ்வு மிட்டாய் விற்பவரைச் சுற்றிலும் குழந்தைகள் நின்றிருப்பதைப் போல அவருக்கு அருகில் ஆட்கள் அமர்ந்திருந்தனர். அந்தச் சார்பு நீதிமன்றத்தில் அவரது பெயரைச் சொன்னவுடனேயே மனு எழுதிக் கொடுக்கிறவரா என பலர் கன்னத்தில் போட்டுக் கொண்டார்கள். மரியாதைக்குரிய நபராக உலவிக் கொண்டிருந்தார் அங்கே அவர். எல்லோரும் கலைந்து போகிற வரை அமைதியாக தூரத்தில் நின்று கொண்டிருந்தேன். ஆள்கள் வடிந்து போன பிறகு அவர் அந்த மரத்தடியில் தனியனாய் அமர்ந்திருந்த காட்சி, யானையொன்று திருவிழா முடிந்ததும் ஒப்பனையைக்கூட கலைக்காமல், தனியாய் அமர்ந்து இரையை அசைபோடும் காட்சியை ஒத்திருந்தது. அவரும் கூட அங்குசத்திற்குக் கட்டுப்படுகிற யானைதான் இப்போது. ஆனால் ஒருகாலத்தில் இந்த யானை எப்படியிருந்தது?

என்னை முதன்முதலாகச் சந்திக்க வந்த நாளன்று அவர் இப்படி உடை அணிந்திருக்கவில்லை. தன்னம்பிக்கைக் குறைவான உடல் மொழிக்குத் தகுந்தமாதிரி தொளதொளவென்று முழங்காலிற்குக் கீழே தொங்குகிறபடியாக ஒரு கட்டம் போட்ட சட்டையொன்றைப் போட்டுக்கொண்டு வந்தார். ராமநாதபுரத்துக்காரர்கள் வழக்கமாகக் கட்டுகிற கைலியைக் கிழித்துத் தைக்கக் கொடுத்து விட்டதுபோல இருந்தது அந்தச் சட்டை. ஆனால் அவர் அந்த ஊர்க்காரர் அல்ல.

அவரது பேச்சு அவரை வடமாவட்டக்காரர் என்பதைத் தெளிவாகக் காட்டிக் கொடுத்தது. அவரை நான் கூர்ந்து கவனித்தபோது என் பார்வையில் தெரிந்தது அசிரத்தை என அவராகவே எடுத்துக் கொண்டார்போல. 'அந்தக் காலத்தில் எங்களுடைய வீட்டிற்கு இந்திராகாந்தி, காமராஜர் எல்லாம் சாப்பிட வந்திருக்கிறார்கள். அந்த ஃபோட்டோவெல்லாம் இன்னும் பத்திரமா இருக்கு' என்றார். சின்னச் சின்ன பெருமிதங்களைப் பொத்திப் பாதுகாக்காவிட்டால் மனிதர்கள் சீக்கிரமே செத்துப் போவார்களோ?

நான் வேண்டுமென்றே ஆச்சரியப்படும்படியான முகக்குறியை அவரை நோக்கிக் காட்டியதும் மெல்லியதாகச் சிரித்துக்கொண்டார். அமரச் சொல்லி காபி வரவழைத்துக் கொடுத்தேன். இரண்டு கைகளிலும் அந்தக் கோப்பையை சிறுகுழந்தைகள் ஏந்திப் பிடித்துக் கொள்வதைப்போல தாங்கிக்கொண்டு குடித்தார். அப்படியும் அவரது கை ஆட்டம் நிற்கவில்லை. நான் குடிப்பதில்லை என்றார் அவராகவே. குடிப்பவர்களை முகத்தைப் பார்த்தே கண்டுகொள்வேன் நான் என்றேன். 'இப்போதெல்லாம் புது இடத்திற்குப் போனால் பதற்றமாகி விடுகிறேன்' என்றவரிடம், 'எனக்கும்கூட இந்தப் பிரச்சினை இருக்கிறது. நீங்களாவது காபி கோப்பையைக் கையில் பிடிக்கவாவது செய்தீர்கள். நானெல்லாம் காபி, டீ எதுவுமே குடிப்பதில்லை என்று பொய் சொல்லிவிடுவேன்' என்று சொன்னதும் கொஞ்சம் சகஜமாக உணர்ந்தவரைப்போல பாவனைகள் செய்தார். அவரை அமைதியாக கொஞ்ச நேரம் அப்படியே விட்டுவிட்டு வேறு வேலைகளைப் பார்க்கப் போய்விட்டேன்.

நான் திரும்பி வந்தபோது அவர் முற்றிலும் வேறு ஒருவராக மாறியிருந்தார். அவர் அமர்ந்திருந்த நாற்காலியில், ஒரு கையைத் தூக்கிப் போட்டபடி இன்னொரு கையால் தாடியை நீவி விட்டுக் கொண்டிருந்தார். 'நான் என்ன செய்யவேண்டும் என்று எதிர்பார்க்கிறீர்கள்?' 'என் பையனை நீங்கள் சகதியில் இருந்து மீட்டெடுத்து நல்வழிப்படுத்தி அவனுக்கு வேறு ஏதாவது ஒரு ஊரில் வேலை வாங்கித் தரவேண்டும்' என்றார். 'சகதி என்று நீங்கள் எதைக் குறிப்பிடுகிறீர்கள்? உங்களுடைய பையன் குடியில் விழுந்து விட்டானா?' என்றேன் யோசனையுடன். சிகரெட் பீடி, குடி என எந்தப் பழக்கமும் இல்லை அவனுக்கு என்றார் பெருமையான முகபாவனையுடன். அப்புறம் சகதி என்றால் என்ன?

அது நான் உருவாக்கிய சகதி என அவர் தன்னுடைய கதையைச் சொல்லத் துவங்கினார். அந்த ஊரில் மதிக்கத்தக்க குடும்பம் அது. அவரது பாட்டனார் துவங்கி அப்பா, சித்தப்பா என அந்தப் பெரிய

குடும்பமே காங்கிரஸ் குடும்பம். அவரது வீட்டுக்கு வராத தலைவர்களே இல்லை என்று சொன்னார் அவர். நிறையத் தலைவர்களது பெயர்களைச் சொன்னார். தமிழகம் தழுவிய தலைவர்கள் சிலரை மட்டுமே என்னால் அடையாளம் கண்டுகொள்ள முடிந்தது. லாரி ட்ரான்ஸ்போர்ட் துறையில் அந்தக் காலத்தில் அவருடைய அப்பா கொடிகட்டிப் பறந்திருக்கிறார். பத்தாம் வகுப்பு வரை படித்த இவரை போதுமென்று சொல்லி நிறுத்தி தொழிலில் தூக்கிப் போட்டு விட்டார்கள். 'என்னுடைய கையெழுத்து குண்டு குண்டாக இருக்கும். மல்லிகைப்பூ மாதிரி இருக்கும் என்று என்னுடைய தமிழ் வாத்தியார் சொல்வார்' என்று சொல்லிவிட்டு கைநடுக்கத்துடன் ஒரு பேப்பரில் தன்னுடைய பெயரை எழுதி என்னிடம் காட்டினார்.

லாரி தொழிலில் ஓடிக் கொண்டிருந்தவருக்கு இன்னொரு லாரி டிரைவர் ஆத்மார்த்தமான சிநேகிதனாக ஆகிப் போயிருக்கிறார். லாரி ஓட்டிய நேரம் போக இருவருக்கும் சினிமாவிற்குப் போவதுதான் பொழுதுபோக்கு. நான் என் வாழ்நாளில் குடித்ததே இல்லை தெரியுமா என்றார். கெட்டபழக்கம் என்றால் எனக்கு சினிமா, அவனுக்கு திருட்டு என்றார். நான் குறுகுறுவென்று அவரது கண்களை உற்றுப் பார்த்தபோது, குனிந்து கொண்டார். தீவிரமாக எதையோ சொல்லப் போகிறார் என்பது தெளிவாகத் தெரிந்துவிட்டது எனக்கு. அவர் என் முன்னால் அந்தச் சகதியை அள்ளி எறிந்தார். நான் எந்தவிதச் சங்கடங்களும் இல்லாமல், நியாய தர்ம போலிப் பாவனைகள் இல்லாமல் அதை அள்ளிப் பூசிக்கொண்டேன் என் முகத்தில். மலர்மாலைகளுக்கு நிகராக இங்கேயே உருவாகி வருகிற சகதிகளுக்கும் முகம் கொடுத்துதான் ஆகவேண்டும்.

இரண்டு பேருக்குமே சினிமா ஆசை வந்துவிட்டது. அந்தச் சிற்றூரில் இருந்தபடியே பணத்தைப் புரட்ட ஆரம்பித்திருக்கிறார்கள். சென்னைக்கு அருகிலேயே அந்த நகரம் இருந்ததால் அடிக்கடி சென்னை வந்து ஸ்டுடியோக்களுக்குப் போவது, சில உப்புமா கம்பெனிகளைப் பார்ப்பது, ஒரு படம் மட்டுமே நடித்துக் களைத்துப் போன நடிகர்களைப் பார்ப்பது, சினிமா ஆசையில் சுற்றிக் கொண்டிருக்கும் சில பெண்களைப் பார்ப்பது என பணத்தைத் தண்ணீராகச் செலவழித்துக் கொண்டிருந்திருக்கின்றனர். லாரி தொழிலில் கிடைக்கும் பணத்தை வீட்டுக்குத் தெரியாமல் இப்படிச் செலவழித்திருக்கிறார். உண்மை ஒருநாள் வெளியே வந்துவிட்டது.

கோபக்காரரான அவருடைய அப்பா இவருக்கென்று ஐந்து லாரிகளைப் பிரித்துக் கொடுத்துவிட்டு இனி வீட்டுப்பக்கமே வரக்கூடாதென துரத்தியும் விட்டிருக்கிறார். அவர் துரத்தியதற்கு

இதுமட்டுமே காரணம் இல்லை. இந்த இடைவெளியில் அவர் அந்த டிரைவரின் தங்கையைக் காதல் திருமணம் செய்து முடித்திருந்ததும், யாருக்கும் தெரியாமல் தனியாக வீடு எடுத்து வாழ்ந்ததும் இன்னொரு காரணம். 'அவள் வேறு சாதி என்பதெல்லாம் ஒரு காரணமே கிடையாது. உண்மையிலேயே சாதாரணமாக நான் போய் நின்றிருந்தால் அவரே எனக்கு தடபுடலாக கல்யாணத்தை முடித்து வைத்திருப்பார். அவரை நான் ஏமாற்றிவிட்டேன் என்பதுதான் காரணம். சாகிற வரை அவர் முகத்தைப் பார்க்க என்னை அனுமதிக்கவே இல்லை. அவர் செத்தபோது நான் ஊரிலேயே இல்லை' என்று சொல்லிவிட்டு கண்களைத் துடைத்துக் கொண்டார்.

மனைவி, மச்சான், இவர் என மூன்று பேரும் இன்னொரு நகரத்தில் குடியேறினார்கள். அவர்கள் குடியேறும்போது திருத்தவேண்டும் என்று சொன்ன அந்தப் பையனுக்கு நான்கு வயது. கையிருப்பு மெல்லமாக கரைய ஆரம்பித்திருக்கிறது. அப்போதும் அவர்கள் சினிமா ஆசையைக் கைவிடவில்லை. ஐந்து லாரிகள் ஒன்றாகி பின்னர் அதுவும் பூஜ்யமானது. உட்கார்ந்து ஆற அமர பெயர்த்துத் தின்றால் குன்றைக்கூட தின்று முடித்துவிடலாம் என்பார்களே... வேறு வழியில்லாமல் வேறொருவர் லாரியில் ட்ரைவராக ஓட ஆரம்பித்திருக்கிறார். அதைப் பார்த்த உள்ளூர்க்காரர் ஒருத்தர் அவருடைய அம்மாவிடம் போய்ச் சொல்லியிருக்கிறார். அவருடைய அம்மா அழுதுதீர்த்திருக்கிறது. 'கொஞ்ச நாள் பொறுத்துக்க சொல்லுங்க. அவங்கப்பா கைல கால்ல விழுந்தாவது திருப்பி வீட்டுக்கு கூட்டுக்கிறேன்' என இவருக்கு செய்தியோடு சேர்த்து கொஞ்சம் பணத்தையும் யாருக்கும் தெரியாமல் கொடுத்து விட்டிருக்கிறார். இரண்டாவது குழந்தையும் அவரது மனைவியின் வயிற்றில் தங்கிவிட்டது. கஷ்ட ஜீவனத்தில் இருந்தவரிடம் மச்சான் ஒரு யோசனையைச் சொல்லியிருக்கிறார். 'அந்த நிமிடத்தில் எனக்குப் புத்தி பேதலித்துவிட்டது' என்றார். உள்ளுக்குள் உறைந்திருக்கிற குரல்களில் கடவுளின் குரலை விட சாத்தானின் குரல்தான் தனித்து உரக்கக் கேட்கும் என எங்கோ படித்திருக்கிறேன்.

அவர்கள் குடியிருப்பிற்கு அரசு அலுவலகமொன்றில் வேலைபார்த்த ஒருவர் புதிதாகத் திருமணம் ஆகி வந்து குடியேறியிருக்கிறார். அந்தப் பெண் எந்த நேரமும் நகை நட்டுகளோடேயே வலைய வருமாம். அதைக் கொள்ளையடித்துவிடுவது என்பதுதான் மச்சானின் திட்டம். அந்தச் சம்பவத்தை எந்தச் சலனமும் இல்லாமல் அப்படியே விவரித்தார் என்னிடம். இப்போதுபோல அப்போது டியூப் லைட்டு களெல்லாம் இல்லை. குண்டு மஞ்சள் பல்புகளைதான் எல்லோரது வீட்டிலும் மாட்டியிருப்பார்கள். மாடியில் இருந்தது அந்த வீடு. அது

மழைக்காலம் ஆகையால் பல்பைச் சுற்றிலும் பூச்சிகள் மொய்த்துக் கொண்டிருந்தன. தெருவில் ஆட்கள் நடமாட்டம் சுத்தமாக இல்லை. இரவு ஒன்பது மணி இருக்கும். நாங்கள் போனபோது அந்தப் பெண் வீட்டிற்குள் சமையல் செய்து கொண்டிருந்தாள்.

ஆர்வம் தாங்காமல் நான், என்ன செய்தீர்கள் என்றேன். பொறுங்கள் என்று சைகை காட்டிவிட்டு மீதமிருக்கிற காபியை எடுத்துக் குடித்துவிட்டுச் சொல்ல ஆரம்பித்தார். 'என்னுடைய மச்சான் கத்தியைக் காட்டி அந்தப் பெண்ணை ஒரு மரநாற்காலியில் கட்டிப் போட்டான். அந்தப் பெண் எங்களுக்கு வேலை வைக்காமல் நகை இருக்கிற இடங்களைக் காட்டித் தந்துவிட்டது. கடைசியாய் வெளியேறுவதற்கு முன்பு, கழுத்தில் இருக்கிற சங்கிலியைக் கேட்ட போதும் மறுக்காமல் கழற்றிக் கொடுத்துவிட்டது. நான் சீக்கிரம் சீக்கிரம் என அவனை அவசரப்படுத்திக் கொண்டிருந்தேன். அவன் பொறுமையாக காதில் கிடந்ததையும் கழற்றி வாங்கினான். நான் வேகமாக படியருகே சென்று திரும்பிப் பார்த்து அவனை ஓடி வரச் சொன்னபோது, அசையாமல் அங்கேயே நின்றிருந்தான் அவன்' என்றார்.

அவருடைய மச்சான் அந்த இடத்தை விட்டு நகராமல், 'இவளைக் கொன்றுவிடலாம்' என்று சொல்லியிருக்கிறார். இவர் வேண்டாம் என்று மறுத்திருக்கிறார். 'நம்மைப் பிடித்த பீடை இன்றோடு ஒழியட்டும். இவளை உயிரோடு விட்டால் காட்டிக் கொடுத்து விடுவாள். இதுதான் கடைசித் தவறு' என்று அவன் சொன்னபோதும் சுதாரிக்க விடாமல் என் புத்தி பேதலித்துவிட்டது என்றார். உத்திரம் செய்ய வைத்திருந்த கட்டையை எடுத்து அந்தப் பெண்ணின் தலையில் மாறி மாறி அடித்திருக்கிறார் அவருடைய மச்சான். அவளது தலை துவண்டு தொங்கியது இப்போதும் எனக்கு ஞாபகம் இருக்கிறது என்றார். தலையில் இருந்து கொட்டிய ரத்தம் அவளது பச்சை சேலையில் படர்ந்து கருநிறமாக மாறியது என தன்னுடைய சட்டையைத் தொட்டுக் காண்பித்தார்.

அந்தப் பெண்ணை உமி வைத்திருந்த சாக்கில் வைத்துக் கட்டி பாழடைந்த கிணறு ஒன்றில் வீசிவிட்டு இருவரும் ஓடி வீட்டுக்கு வந்திருக்கின்றனர். வந்த சமயத்தில் அவருடைய மனைவிக்குப் பிரசவ வலி. எதையும் காட்டிக் கொள்ளாமல் அவரை மருத்துவமனைக்கு அழைத்துச் சென்றுவிட்டார் இவர். மறுநாள் காலை போலீஸ் இவரைத் தேடி வந்தபோதுதான் மச்சான் மாட்டிக்கொண்ட விஷயமே இவருக்குத் தெரியவந்திருக்கிறது. 'மனைவியின் முகத்தில் விழிக்கவே எனக்குப் பிடிக்கவில்லை. உள்ளே அவள் அனுமதிக்கப்பட்டிருந்த

அறைக்கு நான் திரும்பப் போய் பார்க்கவேயில்லை' என்றார். அதற்குப் பிறகு அவரது மனைவியை அவர் பார்க்கவேயில்லை.

அந்த வழக்கு நடந்து இருவருக்கும் ஆயுள் தண்டனை விதிக்கப் பட்டது. இடையில் இவருடைய மாமியார் இறந்தபோது பரோலில் வந்த மச்சான் தப்பித்து ஓடிவிட்டார். இதுவரை அவர் எங்கிருக்கிறார் என்று யாருக்கும் தெரியவில்லை. இப்போது அவர் உங்கள் முன்னால் வந்து நின்றால் என்ன செய்வீர்கள் என்றேன். 'நடந்த குற்றத்தில் எனக்கும் பாதி பங்கிருக்கிறது. அவனை மட்டும் குற்றவாளியாக்கிவிட்டு நான் நல்லவனாக வாழ்ந்து மடிகிற எண்ணமில்லை' என்றார்.

அவர் சிறையில் இருந்தபோதுதான் அவருடைய மனைவி தீக்குளித்து தற்கொலை செய்துகொண்டார். அவர் சிறையில் இருந்த போதுதான் ஒன்பது வயது இருந்தபோது அவருடைய மகளும் தற்கொலை செய்துகொண்டாள். எல்லாமே செய்திகளாக மட்டுமே அவருக்குக் கடத்தப்பட்டன. கடைசியில் என்னுடைய மகன் மட்டுமே உறவினர் வீடுகளில் கையேந்தித் தின்று மிஞ்சினான். அவனைதான் நீங்கள் மீட்டுத்தர வேண்டும் என்றார். கடைசியாய் உங்களுடைய மகனை எப்போது பார்த்தீர்கள் என்றேன். 'நான் இருந்த சிறைச்சாலையில் வைத்து நேருக்கு நேர் பார்த்தேன். உன் முக ஜாடையில் ஒரு பையனைப் பார்த்தேன் என என் சக சிறைவாசி ஒருத்தர் வந்து சொன்னார். நான் ஓடிப் போய்ப் பார்த்தேன். அவன்தான் அது. அதற்கடுத்த வாரம் என் தண்டனை முடிந்து வெளியே வந்தேன். பல தடவை மனுபோட்டு அவனை சந்திக்க மறுபடியும் முயன்றேன். அவன் என்னை சந்திக்க மறுத்துவிட்டான். வெளியே வந்த அவனை என்னால் தேடிக் கண்டுபிடிக்க முடியவில்லை' என்றார்.

நான் அந்தப் பையனைத் தேடிக் கண்டுபிடிக்கலாம் என்று முடிவு செய்தேன். உங்களது பையனை அழைத்துக்கொண்டு வந்து உங்கள் முன்னால் நிறுத்த வேண்டியது என் பொறுப்பு என்றேன். அவர் சந்தேகத்துடன் பார்க்கிறார் என்பது தெளிவாகத் தெரிந்தது. அந்த ஊரில் அந்தப் பையனைத் தேடிக் கண்டுபிடிப்பது கஷ்டமான காரியமாக இருக்கவில்லை. திருட்டு வேலைகள் செய்கிற எல்லோருக்கும் தெரிந்திருந்தது அவனை. சுற்றி வளைக்காமல் நேரடியாக விஷயத்திற்கு வந்துவிட்டான் அவன். அவனது கண்களைப் பார்த்தேன். மருந்திற்கும் குற்றவுணர்வில்லை அதில். தெளிவாகக் கோடு போட்டு அவன் அதற்கிடையில் பயணப்பட்டுக் கொண்டிருந்தான். குற்றவுணர்வு என்பதெல்லாம் சட்ட திட்டங்கள் என சொல்லிக் கொள்பவைகளைப் பின்பற்றுபவர்களின் கற்பிதங்கள்தானோ?

என்னை மரியாதையுடனேயே அணுகினான். அவன் செய்கிற தொழிலுக்கும் அவனது செய்கைக்கும் சம்பந்தமே இல்லாமல் இருந்தது அவனது நடவடிக்கைகள். பதவிசாக வந்தமர்ந்தான். 'அவனிடம் போய் சொல்லுங்கள். எனக்கு இதுமாதிரியான திருட்டு வேலைகளில் எல்லாம் விருப்பமே இல்லை. எதற்காக நான் கண்டவனிடமெல்லாம் அடிவாங்க வேண்டும். கண்டவனிட மெல்லாம் என்னை கையேந்த வைத்த அவனிடம் போய் சொல்லுங்கள். அவரை பழிவாங்குவதற்காகதான் நான் திருடுகிறேன். வாய்ப்பு அமைந்தால் கொலையும் செய்வேன்' என்று சொல்லி விட்டு திரும்பிப் பார்க்காமல் எழுந்து நடந்து கடந்து போனான். எதிர்முனையில் இருந்த என்னிடம் இதற்கு மேல் அவன் உரையாடவே விரும்பவில்லை. இராமன் சொல்லியனுப்பிய சேதியை இனி நான் தசரதனிடம் போய்ச் சொல்லவேண்டும்.

அந்த வேப்ப மரத்தடியில் போய் நான் நின்றபோது என் தலையெல்லாம் வேப்பம்பூக்கள் உதிர்ந்து விழுந்தன. உட்கார்ந்த படியே அவர் என்னை உற்றுப் பார்த்தார். என்ன சொன்னான் அவன் என்றவரிடம் நான் தயக்கத்துடன் 'கொஞ்ச நாள் ஆகிவிட்டால் திருந்தி திரும்பி வந்துவிடுவான்' என்றேன். அவன் என்ன சொல்லி யிருப்பான் என்பது எனக்குத் தெரியும் என்று சொல்லிவிட்டு, 'பாவத்தின் சம்பளம், பாவத்தின் சம்பளம், பாவத்தின் சம்பளம்...' என முணுமுணுத்தபடி உயர்ந்து நின்ற அந்த சிவப்பு நிறக் கட்டடத்தை வெறித்துப் பார்த்துக் கொண்டிருந்தார். ஒருவேளை இந்திரா காந்தி மடியில் அவர் விளையாடிய காலம் அவருக்கு நினைவிற்கு வந்திருக்கலாம்.

●

•

நான் இந்தக் கதைகளைச் சொல்லி முடித்த பிறகு ஒரு பகல் கடந்து இன்னொரு பகல் ஆரம்பித்திருந்ததை உணர்ந்தேன். இருள் எங்கே போனது என்றேன்.

‘அதை நீ கடந்து விட்டதாய் கற்பனை செய்துகொண்டாய்’ என்றார்.

‘அந்த இருள் எங்கே போனது?’ என்று கேட்டேன் மறுபடியும்.

‘அது உனக்குள்ளே காலத்தின் சிறுதுளியாய் உறைந்து போய்விட்டது.’

‘மறுபடியும் அது வருமா?’ என்று கேட்ட என்னிடம், அவர் நான் கேட்ட கேள்வியையே திரும்பக் கேட்டார். ‘நாய்களுக்கு குற்றவுணர்வு இருக்குமா?’

‘இல்லை என்று சொல்லத் தெரியவில்லை. ஆனால் ஒரு விஷயம் புரிகிறது’ என்றேன்.

அவர் சிரித்துக்கொண்டே சொல் என கட்டளையிட்டார்.

‘ஏனெனில் அவை நிகழ்காலத்தில் வாழ்கின்றன. நாய்கள் மனிதர்களை பேதம் பிரித்து அணுகுவதில்லை’ என்றேன்.

‘நீ முழு புத்தமையை அடைந்துவிட்டதாக கற்பனை செய்ய ஆரம்பித்துவிட்டாய்’ என்றார்.

‘இல்லை நான் புத்தனில்லை’ என அவசர அவசரமாக மறுத்தேன்.

‘எதற்காக பதறுகிறாய்?’ என்றார்.

‘ஏனெனில் புத்தனை நடுவழியில் பார்த்தால் கொன்று விடு என என் முன்னோர்கள் சொல்லியிருக்கிறார்கள்’ என்றேன்.

பலத்த சிரிப்பொலி எழுந்தது அவரிடமிருந்து. ‘ஓயாத கேள்விகளுக்கு ஓராயிரம் பதில்கள் அல்ல. பதில் ஒன்றுதான். உன் வார்த்தைகளில் பேதம் இருக்கிறது. அது புரிகிற வரை கேள்விகளோடு ஓடிக் கொண்டிரு. இனி என்னிடம் உனக்கு ஆவது ஒன்றுமில்லை. இனி ஒருபோதும் இந்தப் பக்கம் வராதே’ என துரத்திவிட்டார் என்னை.

போவதற்கு முன்பு அந்த நாயின் கண்களைப் பார்த்தேன். அதில் தெரிந்தது என்ன? இளங்குருத்துப் புழுக்கள் பச்சையத்தைச் சுரண்டித் தின்கிற விநோதமான அந்தச் சத்தம் என் மூளைக்குள் மீண்டும் கேட்க ஆரம்பித்தது. மூளைக்குள் சத்தம் கொடுக்கிற கோடிப் புழுக்கள் அதன் அடுத்த நிலையான பருவத்தை அடைந்து அகல்கிற காலம் வரை காத்துக் கொண்டிருக்க வேண்டும். அதுவரை இந்த கக்கூனை அடைகாக்க வேண்டுமென எழுதப்பட்டிருக்கிறது என் தலையில்.

•